A - LEVEL PANJABI

ਏ - ਲੈਵਲ ਪੰਜਾਬੀ

J.S. NAGRA
M.A; M.Ed; Ph.D

Co-ordinator Community Languages London Borough of Hounslow.

Published by:

Nagra Publications
399 Ansty Road, Coverntry. U.K.
Tel. 0203 617314

ISBN   1 870383 02 8
Ist Edition   November 1985
Seecond Revised Edition October 1990

The Panjabi Guardian &
Multi-lingual Publishers Ltd.
Soho News 129 Soho Road
Handsworth
Birmingham B21 9ST
Tel: 021 554 3995

Contents

Acknowledgements

I am grateful to the following Examination Boards for their permission to reproduce some of the questions from past Examination Papers.

(i) Joint Matriculation Board
(ii) University of London.

My grateful thanks to Dr. Atamjit Singh Reader, School of Panjabi Studies, Guru Nanak Dev University Amritsar for his help and encouragement and also going through the manuscript and offering valuable suggestions.

Preface to the First Edition

It is a first attempt to write a text book of 'A' level examination in Panjabi, which has been introduced by the authorities in education of U.K. very recently. The first course in 'A' level Panjabi was started in Sidney Stringer School and Community College, Coventry and Mid Warwickshire College of Further Education Leamington in 1978 and the students taking up this course in these centres appeared in the 'A' level exemination in the subject for the first time in 1980. Since this examination is rather new and there is no suitable text book to prepare the pupils for the same, especially for papers 2 and 3 and also for section B in paper 1, the students and teachers of Panjabi experienced a good deal of difficulty. This being a virtually neglected area, I have ventured to make a humble effort to fill this gap, howsoever limited and inadequate this attempt may be. With many limitations from which this work might be suffering, yet I believe it will prove quite useful to the students and teachers of Panjabi for preparing 'A' level examination in this country. I, therefore, hope, that it will meet the requirements of both pupils and teachers engaged in preparation and conduct of 'A' level course in this country.

Chapter 1

This chapter deals with the background study for paper 1. Not all the topics in the syllabus have been discussed in this edition but the most important have been dealt with. Candidates are advised to consult other sources as well. The topics discussed in this chapter are as under :

Geography : Situation of Panjab, Climate, Soil, Agriculture, Dams, Industry.

Religion : Sikhism, Hinduism, Islam.

Religious festivities — Baisakhi, Diwali, Dussehra, Gurpurbs, Rakhi, Holi, Janamashtami, Shivratri, Basant Panchmi.

Migration : Panjabis in Britain. The family System. The marriage System, The up bringing of Children, The second generation.

Chapter 2

It contains ten past examination papers (1980 -.1988 and 1990 paper 1). These papers are given for the guidance of the candidates.

Chapter 3

Sixteen **exercises** have been given in this chapter for the practice of the candidates. There are two paragraphs in English to be translated into Panjabi and writing an essay in Panjabi in each exercise.

Chapter 4

This chapter contains thirteen exercises. The candidates are required tto translate these paragraphs of Punjabi into English.

Chapter 5

Reading passages - Eleven paragraphs have been given in this chapter for reading. The candidates can read these paragraphs aloud to their teachers. Paragraphs in chapter 4 and Essays in Chapter 5 can also be used for reading practice.

Chapter 6

Techniques of writing a 'good essay' have been explained in this chapter. Sixteen model essays have been given for the guidance of candidates. Further questions at the end of each essay have also been given.

Preface to the Second Edition

I am glad to produce the second edition of this book. This edition is revised and enlarged. Instead of the **short-comings** of this book, of which I am well aware, I hope it will continue to serve a useful purpose. I am quite confident that the A Level students for whom this book is intended, will find it very useful and purposeful.

Any suggestions in how this book might be improved, from teachers or students, will be grately accepted.

October 1990   J.S. Nagra

'A' LEVEL PANJABI SYLLABUS

PANJABI (ADVANCED) Examined for the first time in 1980. There are three written papers and an oral examination.

The aims of the syllabus

The purpose of the syllabus is to enable centres to provide courses leading to advanced level certification which would be comparable with the standards established for other modern foreign languages in the GCE schedule. The syllabus and examination are intended to be equally appropriate for candidates whose family background is Panjabi and for those whose ethnic background is not Panjabi.

The objectives of the examination

The skills to be tested in the examination are :-

(a) Oral communication,
(b) Written communication,
(c) Comprehension of the spoken language,
(d) Comprehension of the written language,
(e) Knowledge and understanding of literature and 'backgrounds.

Oral communication, (a), and comprehension of the spoken language, (c), are tested in the oral examination. Written communication, (b), is tested in Paper II and Paper III. Comprehension of the written language, (d), is tested in Paper II and Paper III. Knowledge and understanding of literature and background, (e), is tested in Paper I.

The allocation of marks to the various components of the examination is shown in the following descriptions of each part of the examination.

Form of the examination

PAPER I   (three hours)

Prescribed books studied in relation to their literary form and content and in relation to literary history together with a study of the history and the economic, political, religious and social structures of the modern Panjab and the Panjabi community of the UK. (30 percent of total marks)

Two alternative questions will be set on each prescribed work (Section A) and four questions will be set directly on the background studies (Section B). All candidates will be required to answer four questions, including at least two from Section A (i. e., on the prescribed books). Candidates may, therefore, answer all four questions from Section A or two questions from Section A and two from section B or three from Section A and one from section B.

In their answers to questions on the prescribed books, candidates will be expected to show a sound knowledge and understanding of the text as a whole; some questions may require them to explain and refer to their context passages typical of the particular book. The style of the questions will be appropriate to the nature of the book: questions may call for an evaluation of the author's thought or technique and such knowledge of social and literary history as may be necessary for an appreciation of the books, they may call for an awareness of the wider implications (economic, sociological or any other as may be appropriate) of the text.

Prescribed works for 1991

For detailed Literary Study (Section A). (Except where otherwise stated, the complete text of a work is prescribed for study.)

1. Gurbux Singh, **Meri Jeewan Kahani** (Part 1)
2. * Amarjit Chandan, **Do Kinare** (First ten stories)
3. Sohan Singh Seetal, **Sikh Raj Kiwan Gia**
4. Prof. Mohan Singh, **Savay Pattar**
5. * Swarn Chandan, **Shatranj**
6. * Balwant Gargi, **Loha Kut**
7. * N.S. Noor, **Mukti**

Prescribed works for 1992

1. Amarjit Chandan, **Do Kinare** (first 10 stories).
2. Balwant Gargi, **Loha Kut.**
3. N.S. Noor, **Mukti.**
4. Bhai Vir Singh, **Sundri.**
5. Nanak Singh, **Pavittar Papi.**
6. Sathi Ludhianvi, **Samundron Paar.**

For background study (Section B).

Questions on background studies will provide candidates with the opportunity to demonstrate their knowledge and understanding of the following topics and, where appropriate, the relationship between the topics.

Geography. Situation of the Panjab; its climate, soil, communications network, dams, sources of energy, means of production, agriculture, industry, trade.

History. Panjab under the Moghuls, Ranjit Singh and the British. Anglo-Sikh Wars. Invasions from the West. Panjab's indebtedness to the invaders. Socio–political movements.

Economics. Panjab's contribution to other provinces. Natural resources. Dependence on agriculture. Population growth.

Religion. Hinduism, Sikhism, Islam and Christianity in the Panjab, their history and their main beliefs. Religious festivities, e.g., Baisakhi, Diwali, Dussehra and Christmas.

Culture. Folklore, sports, fairs, social customs (birth, baptism, marriage, death), education, art and music.

Migration. Panjabis in other lands, especially in the U. S. A., Canada and U. K.

Candidates may write their answers to Section A and Section B questions in English or Panjabi. The answers will be marked on the basis of the quality of the content of the answer, not on the linguistic accuracy.

(If a working total of 20 marks is assumed for each question, marks will normally be awarded for each relevant point made and substantiated by reference or quotation. The ordered presentation of work will also be rewarded).

Texts are not prescribed for this section as it is expected that teachers and candidates will wish to make use of a variety of sources of information. This book includes material relevant to most of the topics but it is anticipated that other relevant material will be used.

PAPER II   (three hours)

(a) Translation from English into Panjabi. (20 per cent of total marks). Either one passage of about 250 words or two short passages amounting in total to about 250 words will be set.

(If a working total of 60 marks is assumed, half a mark will be deducted for each minor error and one mark for each more serious error up to a maximum deduction for each section according to its length and difficulty. Outstandingly good renderings can earn bonus marks).

(b) Free composition in Panjabi of about 300 words. (15 per cent of total marks)

A choice of one from five or six general topics will be set. The topics will be selected to give candidates a choice not only of subject matter but also of writing in a discursive, descriptive or imaginative manner. The titles of the topics will be given in Panjabi. The examiners may, at their discretion, make use of stimulating material, in the form of pictures or a picture, as the basis for one or more of the topics.

(If a working total of 50 marks is assumed, 30 marks will be allocated for grammatical accuracy and 20 for content, arrangment, stylistic qualities, breadth of vocabulary and idiom.)

PAPER III   (one and a half hours)

Translation from Panjabi into English. (20 per cent of total marks)

Either one passage of about 250 words or two short passages amounting in total to about 250 words will be set.

(If a working total of 60 marks is assumed, half a mark will be deducted for each minor error and one mark for each more serious error up to a maximum deduction for each section according to its length and difficulty. Bonus marks could be awarded for outstandingly good renderings.)

ORAL EXAMINATION

(a) **Reading**   (3 per cent of total marks)
Candidates will be required to read aloud a passage or parts of a passage which they have had time to read through. Particular importance will be attached to accuracy in the production of vowels and consonants.

(b) **Conversation**   (12 per cent of total marks)
Questions will be asked on everyday topics and on the material studied in preparation for Paper I. The examiner may make use of the reading passage as an introduction to conversation but candidates will not be examined on their comprehension of the reading passage. In the conversation test, marks will be awarded primarily for the productive use of Panjabi rather than for comprehension.

Chapter 1

PANJAB

Situation

Panjab is an important border state of India. It makes a long boundary with Pakistan in the West. In the North is Jammu and Kashmir, in the East is Himachal Pradesh and in the South are Haryana and Rajasthan. The total area of Panjab is 50,367 sq Kms. and its population according to 1981 Census was 16,788,915.

The word Panjab is derived from two Persian words 'Panj' and 'ab'. Panj means five and ab means water or river. Therefore, Panjab means— the land of five rivers, These five rivers are the Beas, the Sutlej, the Ravi, the Chenab and the Jhelum. These five rivers originate from the Himalayas in the North. Before 1947 India, Pakistan and Bangladesh were one country and on 15th August, 1947 India was divided into two countries, i,e., India and Pakistan. In the partition a large part of the Panjab went to Pakistan. Before India's partition the Panjab was a vast territory and it was divided into five doabs. A doab means the territory between two rivers. The new Indian Panjab has only two doabs—Bist Doab which is named after Sutlej and Beas and Bari Doab which lies between the rivers of Beas and Ravi. Some part of Bari Doab is now in Pakistan.The rivers which were left in the Indian Panjab are Sutlej, Beas and Ravi.

Panjab was further divided in 1966 into the present states of Haryana and Panjab on the basis of language. The hilly areas of the Panjab like Simla and Kangra were merged into Himachal Pradesh.The new Panjab is comparatively a very small region and Hoshiarpur, Jalandhar, Ludhiana, Ferozepur, Amritsar, Gurdaspur, Bhatinda, Patiala, Ropar, Sangrur Faridkot and Kapurthala are its districts.

Climate

Panjab has three seasons—winter, summer and rainy season. From October to March is winter. Winters are very cold especially in the months of December and January. The weather in other months of winter is mild. From April to June is summer season. Summers are hot in Panjab and it is extremely difficult to work outside. It rains a lot during the months of July, August and September due to monsoon . Panjab also gets some rain in winter. In summer it is very dry and hot while in July and August it is humid and wet.

Soil

The soil of Panjab is very fertile. The rivers of Sutlej and Beas make the plains of Panjab fertile and good for crops. There are always some sort of green crops in all weathers in Panjab because of its rich soil and also improved methods of farming and irrigation.

Agriculture

Panjab has brought about 83.5 per cent of its total geographical area under cultivation. About 70 per cent of the population is engaged in agricultural pursuits. Most Panjabi farmers have changed to new methods of farming. Some of the farmers use tractors for ploughing and tube-wells for watering their fields. Most of these tube-wells are run by electricity but some farmers use diesel engines to run their tube-wells. Canals have also been constructed to water the crops. Panjabi farmers were the first in India to bring green revolution which means green crops of some sort are seen during all the seasons in Panjab. It is largely due to the hard work and forward-looking attitudes of the farmers. The improved varieties of seed and fertilizers are also used in sufficient quantities.

Co-operative societies have also played an important role

15

for this development of agriculture in Panjab. Farmers have the facilities to get both long and short term loans from these societies for tractor, tube-wells fertilizers and other equipment. The name of Panjab State Co-operatives Society and Marketing Federation Ltd. is worth mentioning. This society helps the farmers of all levels. It helps the farmers to get the soil and water of their fields tested and suggests them what type of fertilizers should be used. The farmers can also get tractors, harvesters and other machines on rent. It arranges to sprinkle pesticides on the crops by helicopters.

Programmes on agriculture by experts are daily broadcast on the radio.

The agricultural University at Ludhiana has played a praise-worthy role to increase the yield of crops per acre and hence to improve the economic life of the farmers. The Agriculture Research Project at this University have produced many improved varieties of seed. A large number of people get advanced training in agriculture every year. The agriculture inspectors, gram sevaks and gram sevakas trained at Ludhiana to work in the villages provide the farmers with necessary information and guidance in agriculture.

As a result of all these measures Panjab is surplus in food grains, especially wheat and rice. Other main food grains are maize, bajra, jowar, gram, barley and pulses. Major cash crops of Panjab are oil seed, sugarcane. tobacco, cotton and potatoes. The production of food grains in 1982-83 was 141.70 lac tonnes. The contribution of wheat and rice to the central pool during 1982-83 was 48.25 lac tonnes and 28.90 lac tonnes respectively. There have also been great development in forestry in Panjab. An area of 2,64,229 hectares was under forest during 1982-83.

1 lac - 100,000 - **1/10** of a million.

DAMS

Many dams have been built across the rivers in different parts of India. These dams help to use the river water for irrigation and for producing electricity. They also help to check floods. These dams are called multipurpose projects because they serve many purposes. The world famous Bhakra Dam is in Panjab

Bhakra Dam

It is one of the highest dams in the world built across the river Sutlej in Panjab Bhakra is about 13 Km. from Nangal. Nangal was a small village before Bhakra Dam was built but now it has become a big town. It is because all the people who work at the dam live in Nangal. All government offices are here and many other beautiful houses are built at Nangal.

This multipurpose scheme was undertaken in 1948 to supply electricity to north-western India and also to extend irrigation in north-western Haryana and South-western Panjab. A 226 metre high and 518 metre long straight gravity concrete dam has been constructed at a sight where the river Sutlej comes out through a hill range called the Naina Devi Dhar. It is named Bhakra Dam after the village Bhakra. It took twenty years to complete this dam and about 175 crore rupees were spent on it.

The water behind the dam forms a big lake known as Govind Sagar. This is the biggest man-made lake in the world. The lake is 88 Km long and has a storage capacity of 9,128 million cubic metres. Two power houses are located at the Bhakra Dam, one on the left and the other on the right bank of the river. The total installed capacity of the left bank power house is 450 MW and that of the right bank power house is 600 MW. The right bank power house was inaugurated on 17 April 1969 and the left bank power house eight years earlier in 1961.

Nangal Dam

Another dam has been built at Nangal where a canal has also been taken out of Sutlej river. This dam is at a distance of 13 Km. from Bhakra Dam. It is 29 metres high and diverts the river water into 64 Km. long Nangal Hydel Channel which supplies water to the Bhakra Irrigation Canals. **Two other power houses** — one at **Ganguwal** at a distance of nineteen meters and the other at **Kotla** at a distance of twenty nine miles from Nangal have also been built. The Nangal Hydel Channel turns the turbines of the power houses to produce electricity.

The Ganguwal Power House was commissioned on January 1955 and the Kotla Power House started generating power in 1956.

The total installed capacity of the power houses at Bhakra Left Bank and Bhakra Right Bank, Ganguwal and Kotla is 1204 M.W.

This project supplies power to the Panjab, Himachal Pradesh, Haryana, Rajasthan and Delhi States.

The Bhakra Canal System irrigates vast lands in the Panjab, Haryana and Rajasthan, The Bhakra main canal is 174 Km long. It starts from Rupar where the Nangal Hydel Channel is diverted into it. The canal system consists of 1,104 Km, long canals and 3,360 Km long distributaries.

Industry

Panjab is known as the home of small scale industries. Though agriculture is the main occupation of the majority of the people in Panjab, a large number of people also work in factories. Panjab has specialized in the sphere of small scale industries. Footwear, bicycles, plastic goods, agricultural machines, tools, sewing machines and parts, nuts and bolts, pipes, hosiery, sports and leather goods are some of the important small scale industries. The number of registered small scale manufacturing units in December 1983 was 84,871 and the number of large and medium units was 282.

Hosiery Industry ; Panjab produces 80 per cent of the country's woollen hosiery. Ludhiana is the chief centre of woollen hosiery goods in India. It is due to the supply of Hydro-electric power that small factories are able to produce woollen goods in large numbers.

Sports Goods : Jalandhar, Batala and Amritsar are the main cities where, sports goods are manufactured. One third of sports goods are exported to other countries. Skilled labour is available in these towns.

Light Engineering Industries ; The scope of heavy industry in Panjab is very limited because it has no mineral wealth of its own. Heavy industry would require a large quantity of Coal and Iron which would mean high transport cost. Therefore Panjab has concentrated on light Engineering goods. For example bicycles and bicycle parts are manufactured at Ludhiana, agricultural impliments at Batala, Barnala, Moga and Kot Kapura. Bolts, screws and nuts are manufactured at Amritsar, sewing machine parts at Ludhiana and copper, brass and white metal utensils at Amritsar.

Handloom Industry : Amritsar is the main centre of textile industry. It employs more than 20,000 persons in this industry. Handlooms and small scale power looms are used to weave cotton and silk fabrics. Ludhiana is another centre of hand loom industry. Kharar is famous for wollens like blankets, carpets and tweed. Dhariwal is famous for its wollens all over India.

The Panjab Industrial Development Corporation has helped to establish some major industries, such as dry cell batteries, tractors, polyester fabrics, nylon, scooters, television sets, automobile tyres and tubes, synthetic detergents, fertilizers, breweries, steel buckets, precision instruments and electronic components.

A modern large scale fertilizer factory is located at Nangal and a machine tool factory and a plant for manufacturing tractors at Pinjore. Threshers, switch gears, pumping sets, electric motors are manufactured at Patiala. Kapurthala is known for manufacturing fans, electric motors and automobile parts. A new town Mohali near Chandhigarh is developing as an Industrial town. Tractors, television sets, woollen textiles, dry cell batteries, chemicals and drugs are manufactured at Mohali.

In addition some new projects such as Biomedical Equipments Ltd, Records Limited, Digital Industrial System Ltd, Consumer Electronic Item Ltd and Electro Optical System Ltd have been set up.

The Panjab Small Industries & Export Corporation assists and stimulates the growth of industry by developing industrial focal points, procurements and distribution of iron and steel and other scarce raw material and marketing the products of small scale sector. The Panjab State Handloom and Textile Corporation, The Panjab State Hosiery & Knitwear Development Corporation and the Panjab State Leather Development Corporation look after the industries in their respective fields.

Religious and Cultural Background

In Panjab, people belong to two main religious communities - Sikh and Hindu. There is also a small number of Muslims and Christians. Only Sikhism, Hinduism, and Islam have been discussed in this book.

SIKHISM

A considerable number of Indians in Britain are Sikhs. Sikhs form 1.89 per cent of the population of India. The homeland of the Sikh religion is the Panjab. It origniated with Guru Nanak (the first Guru of Sikhism) in 1469. So it is a comparatively new and young religion. There were nine Gurus after Guru Nanak, who nurtured and consolidated the Sikh religion. The word Guru means a religious teacher, but to Sikhs a Guru means one of the ten Gurus.

A Sikh is a person who believes in the ten Gurus, and the Granth Sahib. The Granth Sahib is the religious book of the Sikhs. It contains 1,430 pages and 5,894 hymns and verses. Before his death in 1708, Guru Gobind Singh, the tenth Guru, said that there would be no Guru after his death, and Granth Sahib should be treated as a Guru. It includes the hymns, composed by the Gurus, and other holy saints of India, both Hindus and Muslims. It is interesting to note that there has been no new addition, alteration or removal of words since it was prepared.

The language of the Holy Book (Granth Sahib) is Panjabi, written in Gurmukhi script.

Sikhism developed as a protest against the excessive ritualism, idolatry and social divisions which were then present in Hinduism. As it is clear from the Guru Granth Sahib. Sikhism incorporated both Hindu and Muslim traditions. Guru Nanak got much inspiration from the teachings of two Muslim saints, i.e. Sheikh Farid and Kabir. Rejection of idolatry and the caste system was borrowed from Islam, while from Hinduism he accepted Theory of Karma and Transmigration of Souls.

The Sikhs believe in the one-ness of God. They also believe that He (God) is the Supreme truth, the Creator, without fear, without hate, omnipresent, immortal, unborn, self-existent and the enlightener. All men are equal and the validity of the caste system is denied in Sikhism. Orthodox Sikhs believe that they belong to a brotherhood. People from all castes and religions are welcome in the Gurdwara. A Gurdwara (or Sikh Temple) is a place where Sikhs meet and worship. The Gurdwara is also like a school where community service may be learned. The Sikhs also use the Gurdwara as their religious, socio-cultural and political centre. Most Sikhs attend the Gurdwara on Sundays in Britain.

Amritsar and Anandpur Sahib are the holy cities of the Sikhs. The Golden Temple in Amritsar has become world famous. The Sikhs call it Harmandir Sahib or the House of the Lord.

All Gurus from Guru Nanak to Guru Ram Das were peaceful and refused to participate in any form of violence, but the whole situation changed when Jehangir, a Mogul Emperor, put the Fifth Guru, Arjan, to death. Guru Tegh Bahadur, the Ninth Guru and the father of Guru Gobind Singh, the Tenth Guru, was beheaded in Delhi in 1675. So, it was Guru Gobind Singh, the Tenth Guru who organised the Sikhs into a strong and militant group who were able to defend themselves if and when attacked. It was on the Festival of Baisakhi, on 13th April, 1699, when Guru Gobind Singh addressed an assembly of over 80,000 Sikhs at Anandpur Sahib, that the Guru said, 'I want the head of a man'. The People were frightened, and started to leave the assembly, but a man named Daya Ram, a Khatri by caste from Lahore, stood up and offered his head. He took this man into a nearby tent, and came out with his sword dripping with blood and demanded another head. After some time, another man, Dharam Das, a farmer of Rohtak District, came forward and offered his head. The Guru took him too into the tent. The Guru appeared before the gathering of the people for the third time, and repeated the same demand. Many of the Sikhs had already left the assembly, thinking that something had gone wrong with the Guru. But Mohkam Chand, a low caste of Dwarka, came forward and offered his head. The Guru did this two more times and the two persons who followed the footsteps of the previous three were Sahib Chand, a barber of Bidar, and Himmat Rai of Jagan Nath.

Then the Guru brought all the five together before the congregation. They were dressed in beautiful saffron coloured robes. The Guru baptised them, and he himself was baptised after this by drinking sweetened water, amrit, (nectar) from a common bowl. This was the beginning of the Khalsa Brother-hood. It was at this ceremony that the word Singh, meaning Lion, at the end of male names and Kaur, meaning Princess, at the end of female names was introduced. After the baptism ceremony was solemnised, the Guru named the five beloveds by adding Singh after the name of each one of them, and they were called Daya Singh, Dharam Singh, Himmat Singh, Mohkam Singh and Sahib Singh from then onward.

The Sikhs were required to wear the five K's as visible symbols of their membership of the Khalsa. These are :

1. Kara   —   a steel bangle.
2. Kirpan   —   a short sword.
3. Kes   —   uncut hair.
4. Kanga   —   a comb.
5. Kachha   —   shorts.

All these symbols have moral, social and religious importance.

The Sikhs are also required (a) not to smoke, (b) not to cut hair (c) not to have sexual relations with other woman than their wives.

Both Hindus and Sikhs do not eat beef.

The basic teachings of Sikhism are Nam Japo (recite the name of God), Kirat Karo (work hard) and Vand Shako (share your earnings and give charity). A Sikh is required to do three-fold service, mun — mentally, tun — physically and dhan — financially. It means the Sikh must enlighten himself/herself by reciting the name of God. He or she must work hard and through honest means. And out of his or her income, the Sikh must give charity. A Sikh is also required to lead a normal family life. James (1974; p. 30) says, 'Sikh morality requires that a man should play an active part in society, raising a family and doing useful work; he is expected to take responsibility for improving the lot of his fellows to the best of his ability.'

Seva (service) is a very important part of Sikh life. While the religious ceremony goes on in the Gurdwara a large number of ladies are busy cooking in the kitchen. These ladies work of their own free will, and nobody compels them to do so. After the congregation, the people come to the dining room and eat food called Guru Ka Langar. You will see many men and women serving others with food. The Langar symbolises unity among the Sikhs, equality and the common brotherhood of man. It is run by donations from the Sikh Community.

Sikhism lays stress on leading a pious life and on deserving God's grace. The Sikhs like to live in peace, but are prepared to go to war if this becomes inevitable. 'Though the Sikh Community is basically a peace-loving community, when it comes to situations concerning self respect and identity, it changes into a militant community.' Morrish (1971) pointed out, "Despite the fact that Sikhism has much in common with the Christian concept of love and peace, the Sikhs have been renowned for their relentless and tenacious qualities in war. and they formed the nucleus of the Indian Army."

As mentioned before, most of the Sikhs live in the Indian State of Panjab, but they have also migrated to other parts of India as well as to East Africa, Malaysia, Singapore, Afganistan, the Philippines, the United States, Canada and Britain. Milner (1975) estimated that approximately 80% of the Indians in Britain are Sikhs. Cole and Sahmbi (1978) estimated that the total Sikh population of the U.K. is about a quarter of a million, and is distributed among most of the major industrial cities. It is interesting to note here that the Sikhs, though only 2% in

India, outnumber the other Asian religious groups in Britain.

The Sikhs call their festivals Gurpurbs. The birthday anniversaries of Guru Nanak. Guru Gobind Singh and the martyrdom of Guru Arjan and Guru Tegh Bahadur are the most important festivals of Sikhs. Baisakhi is another very important festival of Sikhs. It is celebrated on 13th April every year. This day has a great importance for the Sikhs because the Khalsa was formed on this day. All these festivals start with the continuous reading of Guru Granth Sahib in the Gurdwara (Sikh Temple) for 48 hours non-stop. The whole book is read from the beginning to the end. Five readers who are perfect Sikhs do the reading in relays of two hours each. To be a perfect Sikh is not easy. It is far more' than bearing the five K's.

HINDUISM

Hinduism is the most common and the ancient religion of India. More than 80% of the population of India are Hindus. But in Panjab the majority of the people are Sikhs and the Hindus form the second largest group. The beliefs of Hinduism are complex. Hindus worship a number of gods and goddesses, of whom the most important are Brahma – the Creator; Vishnu the Preserver; and Shiva – the Destroyer. This does not mean that the Hindus do not believe in one God. The enlightened Hindus believe that different gods are only aspects of God.

According to Hindu philosophy, every individual lives for at least 100 years. The life of each individual is divided into four equal stages. Each stage is called Ashram. The first stage of 25 years of life is known as Brahmcharya Ashram. During this period, a person should receive education and take care of his health. The second stage is called Grahisth Ashram. This is the stage when an individual leads a married life and finances his family. Van Prasth is the third stage, during which he takes responsibility in a wider social field. He should also start developing a religious outlook. The last stage is called the Sanyas Ashram. During this period, a person is required to live in a forest as an ascetic and devote his time to meditation. Of course, not many people actually follow these four stages in practice.

Hinduism was not founded by any one teacher, like Jesus or Muhammed. It has no one sacred book like the Bible or the Quran. Hindu religious literature was produced in successive periods of history. The earliest was the Vedic Period, assumed to be between 2500 B.C. and 600 B.C. There are four old books known as Vedas; (i) The Rigveda is the oldest book of Hinduism. It contains 1028 hymns. (ii) Sama Veda has 1549 hymns. (iii) Yajur Veda is a collection of hymns meant for prayers. It also tells the duties of Brahmans and the methods of sacrifices. (iv) Atharva Veda contains 731 hymns. It deals with magic spells by which one could overcome demons and enemies. These Vedas were not composed at one time, but at different times. These books throw a flood–light on the social, economic, political and religious life of the people.

The period between 600 B.C. and 200 A.D. is known as the epic or puranic period. The great epics of Hinduism, the Mahabharata and the Ramayana, were composed during this period. The story of Mahabharata is the story of war between two brothers, Kaurava and Pandvas. The story of Ramayana is about Raja Dasrath abiding by his promise to give his throne to his son, Bharta, and sending his eldest son, Rama to the jungle for 14 years.

These stories were recited at great sacrifices, sung in courts of Kings, and were also told and retold by elders to their children and grandchildren. Later on commentaries on the Vedas, known as Upanishads, were written and there are about 200 Upanishads.

The Bhagwad Gita is a sacred book of the Hindus. It is

a part of the story of Mahabharata. It was originally written in Sanskrit, the ancient and scholarly language of India, but has now been translated into many languages of the World. The Gita is recited in almost every Hindu family today. Dharma holds a very important position in the Hindu society. It means right action and truth.

Hindus believe in the theory of Karma. This means every individual will be rewarded for the good deeds and punished for the bad deeds in his next life. Hindus also believe in the transmigration of souls. This means that when a man dies, only his body perishes and his soul does not die. The soul is reborn in a new body.

Traditional Hinduism upholds the division of society into fixed social classes or castes. The caste system is very complicated. Although there are four main castes, these include a large number of sub-castes. The highest caste was that of the Brahmans or Priests. The job of the Brahmans was to study the Vedas and look after the spiritual welfare of the people. Next in position to Brahmans were the Kshatriyas. They were warriors and rulers. Their duty was to protect the country from foreign attacks. The Brahmans and Kshatriyas had many rights and privileges. The third caste was Vaishyas, They were farmers and produced food for other people. The lowest caste was the Shudras. The Shudras lived a wretched life because their main duty was to serve the other classes.

Originally, the caste system was intended to provide an orderly and peaceful society. It was based on occupational groups, and therefore promoted the organised division of labour. With the passage of time, the system became very rigid, and it prevented any social mobility. It encouraged divisions within society, whereby the members of lower castes were severely repressed by those of high castes.

The caste system has been renounced, and according to the

Constitution of India, the rights of low caste people have been safeguarded. They are called Scheduled Castes and Tribes, and receive special treatment in education and employment. To call anyone of low caste is against the law and punishable. A great deal of time and money has been, and is being spent in the hope that all Indian citizens will have the opportunity to enjoy equal access to modern education, social opportunities and civil rights. Many people from these low castes hold very high posts in all Government Departments in India these days. The caste system is yielding to a class system in India.

The cow is the most sacred animal of the Hindus. Therefore, to eat beef is prohibited. Most Hindus are vegetarians. One of the main elements in Hinduism is the idea of purification. It is considered necessary to take a bath before any religious ceremony is performed. Throughout Europe, until the last two or three generations, a bath was a rarity, but for thousands of years Hindus have practised cleanliness as a matter of religious ritual.

The river Ganges is very sacred to the Hindus and also the city of Varanasi (Banaras) with its fifteen hundred Hindu Temples,

ISLAM

The number of Muslims in the Panjab is very small in comparison to Sikhs and Hindus. Islam is an Arabic word which means submission, surrender and obedience. "Islam literally means submission to the will of Allah, a compassionate and merciful God, who is fundamentally the God of Christianity and Judaism, and whose major prophet was Muhammad." Cheetham (1972, p. 148). A Muslim is a person who believes in the principles of Islam. Muslims are also the largest religious minority, and form 11.2% of the population of India.

Islam is the religion which brings peace to Mankind when man commits himself to God and submits himself to His will. Muslims believe that there is only one God (Allah) and that

28

they should worship no other God. Muslims also believe that God had sent certain human beings known as prophets as His Messengers for the guidance of humanity. Adam was the first of the Prophets and Muhammad was the last.

The Prophet Muhammad was born in Mecca in the year 570 A.D. His father died before his birth, and his mother died when he was only six years old. So he was brought up by his grandfather and later by his uncle, Abu Talib. Muhammad worked first as a shepherd, and later as a businessman, and gained a reputation for being fair and honest. When he was 25, he married a rich widow, Khadijah who was fifteen years older than himself.

One day when he was meditating in a solitary cave on Mount Hira, the Angel Gabriel appeared before him with the first revelation from God. Muhammad told his wife what had happen- ed, and she acknowledged him as the new prophet and apostle of Islam. Then his cousin, Ali, and two kinsmen. Abu Bakr, and Uthman became his followers.

He began to teach his new beliefs, and soon had a wide circle of followers. However, priests of the old conservative religion in Mecca, were annoyed by Muhammad's popularity. Muhammad had to leave the place, and he went to Medina in 622 A.D. He had a warm welcome in Medina and many people embraced Islam. He gradually became both the religious and political leader of the city and was also able to defeat his enemies at Mecca. He devoted the last ten years of his life to spreading his ideology and faith. By the time Muhammad died in 632 A.D, Islam was accepted throughout Arabia.

The Quran is the most sacred book of the Muslims. It is essential for every Muslim to follow the principles laid down in the Quran. "The Quran is the foundation and the mainstay of Muslim life; it binds Muslims together, gives them distinct identity and fashions their history and culture. It deals with all the important aspects of human life, the relationship between God and man, between man and man, and between man and society, including ethics, jurisprudence, social justice, political principles, law, morality, trade and commerce." (McDermott & Ahsam, 1980; p. 20). The language of Quran is Arabic.

According to Islam, the whole Universe was created by God who is Allah. He created man and prescribed a certain code of life as the correct one for him. Muslims would see pictorial representation of Holy Things and the use of icons in worship as wrong. Every Muslim is supposed to do five duties:

(a)   He should declare that there is only one God (Allah), and that Muhammad is His servant and His messenger.

(b)   He should offer Namaz (Prayer) five times a day.

(c)   He should give 2.5% of his income in Khairat (Charity).

(d)   He should observe fasts in the month of Ramadan.

(e)   He should make the pilgrimage to Mecca once in his life.

Islam believes in the equality of mankind and all men and women are the sons of God. Muslims also believe in the Theory of Karma, i.e. man is accountable to Allah for all that he does. If he does good deeds, he will go to heaven, whereas if he is a sinner, he is sent to hell. This means that Muslims believe that there is life after death.

As mentioned above, the Muslims are required to fast during the month of Ramadan. It is the ninth month of the Muslim lunar calendar, during which the revelation of the Quran began. During this month, Muslims abstain from drinking, eating and sexual intercourse from dawn to sunset. Any food produced from the pig is prohibited for the Muslims. Meat of other animals becomes unlawful if the animals are not killed ritually.

'According to Islamic Law, the animal should be killed in such a way that blood flows out, usually by a sharp knife penetrating the inner part of the animal's neck. and the name of God should be invoked upon it while it is being killed. Such meat is called Halal meat and the Muslim Community has established its own system of supplying Halal meat through shops run by Muslims.' (McDermott and Ahsam. 1980, p. 36) Alcohol is prohibited to Muslims.

Id-al Fitr and Id-al Adha are the two famous festivals in Islam. Id-al Fitr is celebrated at the end of the fasting month Ramadan. It is both a community and family function. Muslims put on their best clothes and visit the Mosques, friends and relations. Id-al Adha falls on the day after the day of Hajj (Pilgrimage). On this day, the Prophet Abraham willingly offered to sacrifice his own son, Ishmael as an act of obedience, devotion and submission to the will of God. But God took mercy on him and accepted a lamb as a symbol of such devotion. This day also coincides with the pilgrimage to Mecca. Both these festivals are celebrated with great pomp and show by Muslims.

To visit Mecca at least once in a lifetime is considered very important for the Muslims. Millions of Muslims visit this holy city every year. Mohammad was born in this city. People also visit Kaba, a huge cube-shaped building which is located in Mecca. This building was built by Abraham about four thousand years ago, and is known as the House of God (Allah) by the Muslims.

The majority of Muslim parents would like their children to go to single sex schools if there is provision. The mixing of boys and girls during the adolescent period is considered against the ethos of Islamic teachings. Muslim parents are

31

not against the idea of school uniforms, but they would not like their daughters to expose any part of their bodies except the face. Muslim males and females are prohibited from swimming in the same swimming pool.

RELIGIOUS FESTIVITIES

The Panjabis celebrate many festivals. Actually, the whole year is one long series of festivals in Panjab. These are rich in ceremony, and provide an important social and emotional background for many Panjabis. It is not possible to explain all the Panjabi festivals in this book. However the most important festivals which are celebrated by Panjabis in Panjab and also in other countries where Panjabis have settled, are mentioned here.

Diwali

Diwali is probably the finest of all the Hindu celebrations and is also rejoiced by the Sikh Community. It is also known as Dipawali or the festival of lamps. It is a festival which is considered to be enjoyed by all, especially children. Diwali is devoted to the return of Lord Rama to the throne, in the capital of Ayodhya after 14 years of exile in the forests. As Lord Rama, his wife Sita and brother Lachhman returned from their ordeal, their path was lit up with earthen lamps, (divas), to welcome them home.

Diwali has a special significance for the Sikhs. It was on this day that Guru Hargobind, the Sixth Guru, was released from the Gawalior Fort where he was imprisoned by the Moghul Emperor Jahangir. Previously Guru Hargobind had refused to go out of the prison unless the fifty-two Hindu rajas who were also serving a term with him were released. Therefore, the authorities had to release those rajas along with Guru Hargobind. When Guru Hargobind reached Amritsar after his release, the residents there welcomed him by illuminating the whole city. The Guru returned to Amritsar on a Diwali day.

In the Golden Temple at Amritsar, Diwali is celebrated

with great pomp and show. The illuminations in the Golden Temple are worth seeing. Earthen lamps are lighted all around the holy tank and their reflections in the water look extremely fascinating. Nowadays electric bulbs of different colours are also used for illuminations.

Diwali is usually celebrated at the end of October or in the beginning of November. People clean and decorate their houses many days before the festival, purchase new clothes and prepare sweets of many kinds. Hindus worship goddess Lakshmi (Lachhmi in Panjabi) with an offering of sweets and silver. It is believed that goddess Lakshmi in the company of Vidmata (goddess of fate) goes round to all the houses and wherever she likes, she bestows her bounties. In India on Diwali day many people keep the doors of their houses open during the whole night for the goddess Lakshmi to come in and to bless them. During these celebrations houses are thoroughly cleaned, white-washed and gaily lit with divas, candles and other lights and colourful decorations.

Since Diwali is celebrated by both Sikh and Hindu communities, festivities are much similar too. Specially made food is usually made by the women of the household. Families and friends go visiting and exchange cards and gifts. Presents such as money and clothes, like : saris are common gifts. Sweets and other delicacies are made, bought and eaten throughout this time. Families also hold parties and welcome friends and relatives to dinners.

Families have a significance for the lighted divas. It is to welcome Lakshmi, the goddess of wealth into their houses to start a new year which brings prosperity to them. The business-men close their old accounts and start new ones on this day.

Baisakhi

Baisakhi is a seasonal festival with a special accent. It is celebrated on the 13th April every year. In the Panjab, it is known as a New Year Day as well as the beginning of the harvest season. This is the time when harvest is gathered in and the farmers are happy because of the fulfilment of their year's hard work. They relax in joy and abandon. Merry-making, singing and dancing are the main features of this festival. The famous dances of Bhangra and Giddha of Panjab are also linked with this festival. People of all classes and creeds join in without any inhibition and gather in thousands at selected places to celebrate this festival. It provides occasion for the folk songs and folk dances. Young people form themselves into groups and go about singing and dancing for hours. At some places professional bhangra-dancers perform and all others enjoy. Some dancers also wear women's dress and perform Giddha for the sake of fun.

To the Sikhs it is a day of great importance. They celebrate the anniversary of the birth of Khalsa. Baisakhi is celebrated by holding Akhand Path on this day as for other festivals. On this day the old Nishan Sahib (Sikh flag) of every Gurdwara is brought down and the new one hoisted.

Baisakhi is also the time when new members are initiated into the Khalsa brotherhood. Sikhs prefer this period for initiation, because the first ceremony of initiation was performed during Baisakhi by Guru Gobind Singh in 1699. It was on 13th April 1919 when Hindus, Muslims and Sikhs were holding their meeting at Jallianwala Bagh in Amritsar that General Dyer ordered spraying of bullets on innocent people and killed hundreds of them.

People come from far and near to see the Baisakhi Festival at Amritsar. People put on their best clothes. After visiting the Golden Temple, they go to Jallianwala Bagh and pay homage to the national martyrs. There are also cattle markets where people buy and sell cattle like cows, oxen, buffaloes etc.

The sweetsellers decorate their shops to attract more

customers on this occasion. There are amusements every where. There are snake-charmers, musicians, singers, dancers and wrestlers, who entertain people with their arts.

Gurpurbs

Sikhs call their festivals gurpurbs. They celebrate their festivals by the lunar calender which is based on the phases of the moon. Therefore, the dates are not the same every year. The important festivals are Baisakhi, the birthdays of Guru Nanak and Guru Gobind Singh, and the martyrdom of Guru Arjan and Guru Tegh Bahadur. The birthday of Guru Nanak is celebrated in November, the birthday of Guru Gobind Singh normally falls between the months of December and January. The martyrdoms of Guru Arjan is in June and of Guru Tegh Bahadur is during December.

The celebration of any festival starts with the Akhand Path ceremony. This is the continuous reading of the entire Guru Granth Sahib by the devotees, done in relays of two hours. It takes forty-eight hours to complete the reading. When the reading of the whole Guru Granth Sahib is accomplished, it is called the Bhog ceremony. Each person participating in the reading of holy scripture must have had a bath and dress in clean clothes before starting to read the Guru Granth Sahib.

Once the reading has been finished, it is followed by a singing of 'Kirtan' of the holy hymns. There are also lectures by eminent scholars on the lives and works of Gurus after the Bhog ceremony. Arrangements for the distribution of free food for everyone attending the service are made. This meal is called the 'Guru Ka Langer'.

At some places in Panjab, it is customary to take the Guru Granth Sahib in procession through the city in the afternoons. The Guru Granth Sahib is always covered with very expensive embroidered piece of cloth. It is placed in a 'Palki' which is then placed on a vehicle decorated with flowers. This is always done in Panjab but it isn't done here in England. The procession in which the holy Granth Sahib is taken out is called *Nagar Kirtan*

In Panjab, the Bhog ceremony is performed on the same day when the birthday or martyrdom day falls because all these days have been declared as holidays by the Government. In England and also in other foreign countries where Panjabis have settled, this ceremony usually takes place on Sundays. A calendar is available from most Gurdwaras and Panjabi shops which shows the dates of these Gurpurbs. Most of these festivals are celebrated in the Gurdwaras. Plans are made a few weeks beforehand, so that every thing is well organised on the actual day. If you ever visit the Gurdwara on one of these special days, you will notice a large number of people of all ages there.

Dussehra

The Dussehra festival, as in most other parts of India, is celebrated with great pomp and show in Panjab. It is a very popular festival of India. It is a ten day long festival, and is celebrated in a special way in the different regions of India. The festival marks the victory of Lord Rama over King Ravana of Lanka who had abducted Lord Rama's wife, Sita. The war goddess, Durga, helped Rama to defeat and kill Ravana, and to get his wife back. In the north of India, the story of Rama's victory over Ravana or the triumph of good over evil, is told in form of plays, recitations and music for nine continuous days. On the tenth day, a huge procession is taken out through the streets of towns to the Ram Lila ground where giant figures of Ravana filled with fireworks and explosives have already been placed. Then in presence of the people, the figure of Ravana is set alight by arrows of fire, shot from the bow of a figure of Rama which is also there. This episode is a part of the Ram Lila in India. In Mysore, Dussehra is celebrated with great pomp and show, where great processions of elephants parade through the city streets. In the East especially in Bengal, Dussehra is celebrated as Durga Puja. People put on their colourful clothes and take out processions of local deities. Pipes and drums make music. In the South, the festival is known as Navaratri. Friends and relatives have parties and visit each other's homes. It falls in the month of October every year.

Raksha Bandhan or Rakhi :

It is a family festival. On this day, the sisters tie a Rakhi or Rakhri on their brothers' wrists. Rakhi is a silk bracelet of red and gold thread. It represents the bond of love between brothers and sisters. The brothers promise to protect their sisters wherever they may be. If the sisters fail to tie the Rakhis on the wrists of their brothers personally, because of many reasons, such as living abroad or in distant cities, 'Rakhris' are sent by post a week or two before the day of Raksha Bandhan. In these cases, the brothers tie the 'Rakhris' on their wrists themselves, remembering their sisters and wishing them good luck. In return, the brothers send some money to their sisters, whatever they can easily afford, as a token of their love. This festival falls in the month of August.

Holi ;

Holi is known as the festival of colour in India. It is a five day Spring Festival, and is celebrated in the memory of Lord Krishna's love for a girl called Radha. People throw gulal (red powder) and coloured water on each other and look very happy. They do not usually wear good clothes on this day, knowing that somebody will throw coloured water on them. Groups of boys and girls go round the streets shouting 'Holi ai' (It's Holi), dancing, carrying buckets full of coloured water, and throwing water on each other, and also on anybody whom they meet on the way. There are bonfires and processions. Statues of Lord Krishna and his consort, Radha' are also carried through the streets. Holi is celebrated in the month of March.

Janmashtami ;

The birthday of Lord Krishna, also known as Janmashtami, is celebrated by Hindus all over India, and also abroad in the month of August. Religious hymns and prayers are sung in the temples throughout the whole night. Scenes of Lord Krishna's early life are also enacted.

Shivratri ;

It is purely a Hindu religious festival at which the people spend the whole night singing in praise of Shiva, the most powerful deity.

Vasant Panchami ;

This festival is celebrated in honour of Saraswati, the goddess of scholars. It is said that she had invented the veena, the musical instrument. It falls on the fifth of Magh (January – February). In Panjab it is called a Spring Festival when the atmosphere is yellow all around, because most of the crops and bushes have yellow flowers at this time of the year.

Panjabi Immigrants in Britain

Migration

A large number of immigrants from the Indian subcontinent came to Britain in the late fifties and sixties. The economy of Britain was expanding rapidly, and there was a great demand for cheap labour. Employment vouchers were sent by the British Government to whoever applied to come to this country, irrespective of his or her qualifications. But later on when a sufficient number of people had arrived, entry was restricted to professionals only, for example to teachers, doctors and nurses.

More than half the Indian immigrants in Britain are

Panjabis from the Indian state of Panjab, About 90 percent of these Panjabis came from an area known as Doaba, in Jalandhar and Hoshiarpur Districts — an area that is only some sixty miles across. The other districts in Panjab, where a substantial number of Panjabis came from are Ludhiana and Amritsar. Very few Panjabis came from the other districts.

A fair proportion of Panjabis with British passports, came from Africa—Kenya, Malavi; Uganda, Tanzania and Malaysia. These Panjabis had to leave their countries for political reasons. They were unable to plan their migration, so a large number of these people came to this country with their dependent members of their families without arranging jobs and accommodation beforehand. This situation created many problems such as housing, employment and cultural adjustments.

Panjabis have migrated by the process of chain migration. Thompson (1974 p. 243) reported,

'A characteristic very common to the Panjabi migration is that those following migrants are given direct financial assistance to help pay the fare, official sponsorship when necessary and hospitality and help on arrival by already established migrants.'

If one member of the family came to Britain first he called his wife and children and then afterwards tried to bring his other members of the extended family (i.e. parents and grand–parents if any) because of the close knit family system. That is why a large number of Panjabis in Britain came from a very small area of the Panjab and also try to live close to one another in Britain.

It is generally thought in Britain by the host community that immigrants came here because they were economically weak but this does not apply to the majority of Panjabis. The Panjabis are not poor by Indian standards, but as a result of high rate of population growth in rural areas and the introduction of partially mechanised farming, they were seeking better opportunities abroad.

According to Lyon (1972), 'Neither Sikhs nor Gujaratis being driven out by poverty but rather seeking opportunities for the more highly educated which are not sufficiently available in either region.'

This view is further supported by Thompson (p. 248) who says that,

> "As is now well known the general notion that the Panjabi immigrants have come to England to escape poverty or to benefit from the welfare state is a misconception which strongly conflicts with all the available evidence. Doaba is a densely populated area of prosperous agricultural villages, with the dominant farming caste, the Jats, anxious for a source of capital to develop their farms and small industry. Through such-division, their farms have become small. Thus, the surplus agricultural labour has been seeking employment outside the Panjab to earn the much needed capital".

Almost all the Panjabis who came to settle in Britain faced many problems such as financial difficulties, language difficulties, homesickness and adjustments, social standing preception of customs and change of family structure. The major problems the Panjabis are facing these days in Britain are unemployment, discrimination, occasional racial attacks and the upbringing and education of their children. Because the majority of the first generation Panjabis are unskilled or semiskilled workers, therefore, many of them accepted manual and low-paid jobs in the industries. A large number of immigrants work on night shifts and other anti-social hours. Majority of the Panjabi immigrants live in poor areas.

The Family System

The family is considered to be the most basic and powerful institution by the Panjabis living in Panjab as well as abroad. The traditional family system of Panjabis both Sikhs

41.

and Hindus is the joint or extended family. "Much of the religious training and education of the young takes place within the framework of the family, which also controls and regulates social activities, recreation, the arrangement of marriages and even political activity. Hill Clifford (1970, p. 118).

All the members of the family participate in the division of labour. All the needy people — the aged, sick, widows, unemployed, children and all those who are unable to support themselves for various reasons are well looked after and also supported by the healthy and employed members of the family. In the absence of welfare state provisions in India, it provides all the needy (mentioned above) members of the family with a measure of security.

Decisions are made collectively but the older members of the family, especially the males are generally more dominant. The work in the Panjabi joint family is clearly divided between men and women. The women are responsible for looking after the children and other domestic jobs, while the men work in the fields or do other paid jobs. However this situation has changed greatly over the last two decades. More and more women are accepting jobs outside their homes now both in the U. K. and in the Panjab. It is largely due to the provision of educational facilities to all in the Panjab that a large number of women are now teachers, doctors, nurses and also holding other professions.

Though the joint family system is still very common in the rural areas of Panjab, it is certainly changing in the cities. With the spread of education, the educated people are moving from the urban as well as the rural areas to the places where they can find better jobs, and are thus living away from their families. This is also the case with the Panjabi immigrants who left Panjab to live in the U.K., U.S.A., Canada and other countries. These families may appear like nuclear families, but their norms, obligations and responsibilities are still those of a joint and extended family. James (1974; p. 17) says, "Whether a sikh is at his family home in Britain or 5,000 miles away, his links with his family are almost a part of his nervous system".

The very large number of Panjabis going to their home countries for holidays every year to see other members of their families clearly shows the attachment they still have for them. Most of these visitors stay the maximum time with their families, relatives and friends. Whilst in Britain during Christmas and summer holidays and also all weekends, Panjabis often visit other members of their extended family if they have any in this country, or go to their relatives and friends. It is often said by teachers in schools that Asian parents do not take their children for holidays to Wales. Scotland, the Isle of Wight and so on. The reason may be that Panjabi parents prefer family gatherings and meeting friends and relations rather than going to places where they have no chance of such meetings. Recently, however, some Panjabi parents have become more aware of the children's need for holidays,

MARRIAGE SYSTEM

The Panjabis consider marriage as a physical, social and spiritual bond between the husband and the wife. The concept of marriage is widely different from the one which is followed in European countries. Marriages are arranged by parents and close friends amongst the Panjabis. Marriage is considered as a contract between two families and not two individuals. Marriage is stable and divorces are rare in the Panjabi Community because if and when any differences of opinion occur between the husband and the wife, the parents, relatives and friends step in and help to make the marriage work. It is mostly because of the close-knit family that the members of the family and other relatives and friends provide free counselling service and try to reconcile the differences between the husband and the wife. According to Parekh (1978; p. 9) 'the position of women in Asian society is misunderstood; the precise character of the institution of marriage so offends Western sensitivity that almost every discussion of Asian society in the press, books, and journals and on the media singles it out for ridicule'. It is some times pointed out by British scholars like Catherine Ballard (1978; p. 18) that 'public comment on the second generation, especially in the media, has tended to concentrate on tensions between the generations ... than to report on the more mundane situations where young people accept the principle that decisions should be made for individuals by the family as a whole, in spite of their personal apprehensions about marriage, or their criticism of the restrictions which their parents impose on them'.

The system of arranged marriage has a very limited meaning to most of the people in the Western countries. In their view, it is a system in which the boy or girl is forced to marry without their consent. It may be the case for some but to generalise, the situation is misleading. It must be understood that arranged marriages cover a variety of situations. Examples can be found where the parents have forced their children to marry someone whom they have not seen or talked to before. But there are also many other examples where some other parents have allowed their children to marry as a result of a relationship which has developed over the years. The boys and girls often get the opportunity to get together on social occasions, for example in the Sikh Temples, attending marriage ceremonies and at parties ... The parents consider it important that their children should keep in mind the caste, religion, economic and social background of their prospective partners before they reach any decision. The qualifications, age and height and habits of the boy and the girl are also matched before starting a dialogue between the families.

After the parents have found a suitable match, considering the above factors, for their son or daughter, it is discussed with him or her. It happens in most cases in the Panjabi Community that after the parents of both the boy and the girl are satisfied, the boy and his parents are invited by the girl's parents to their house where the girl serves the guests with tea and other refreshments. The boy and the girl are also allowed to talk to one another, may be in a separate room. Here the boy and the girl can either accept or reject the proposal. If either of them rejects then the matter is closed there and then and the search goes on. If both of them agree, then further arrangements are made for the engagement and then the marriage ceremony. The majority of the Asian marriages are arranged in this way.

With the advancement of education in Panjab. and also in Britain, most boys and girls get the opportunity to meet one another at places of work, cinemas and other social gatherings. They can indicate to their parents, relatives and in some cases to their close friends, the boy or girl. he or she would like to marry and the matter is then taken from there. In some cases, the friends and relatives help the youngsters in these matters, where they find it hard to express their wishes to their parents. It is also a fairly common practice these days, both in Panjab and in Britain, that the prospective bride and bridegroom or their parents put an advertisement in the local newspapers under matrimonial column, and arrangements are made to meet the respondents. The Sunday Tribune in Panjab is full of such advertisements. We can also find matrimonials in some weekly Panjabi newspapers, published in this country, such as Des Pardes, India Times, Punjab Times, Sandesh.

Recently, quite a few Panjabi Marriage Guidance Bureaus have also been established in Britain which act as go-between, between the concerned families and also the boys and the girls.

These Marriage Bureaus are well-known in the Panjabi Community. So marriages are arranged in many different ways in the Panjabi Community, and to generalise the same would be a mistake, We can find some of these methods being used by people in Western societies as well. To some extent, all marriages, Western as well as Asian, are arranged ones. The major difference is that in the Western countries the boys and girls have comparatively more freedom to develop love affairs and friendships, while this is more restricted for Asian youth. Panjabi parents would not like their children to develop love affairs before marriage, and they (the parents) do exercise a good deal of influence over their children's choices. Panjabi parents believe that too much freedom given to young people leads to moral degeneration. The children are also made aware of the dangers of un-married motherhood, schoolgirl pregnancy and single parenthood.

The romantic ideal of Western marriage is perhaps more apparent than real in many cases. Marriage in most cultures is based on practical consideration.

As said before, marriage is considered a contract between two families and not two individuals. Therefore, the Panjabi attitude towards marriage is not always romantic as is the case in Britain. Parekh (1978; p. 10) further elaborates this point that 'Asians believe that marriage is ultimately a question of two persons adjusting to each other and learning to live together in a spirit of trust and loyalty. They also believe that every marriage, arranged or otherwise, requires adjustment, sacrifice, patience and compromise. The real problem of adjustment arises only after marriage, and since their solution demands a commitment to preserve the relationship at all cost, the Indians believe, rightly or wrongly, that the way marriage is contrived is irrelevent to its success. Two persons may love each other before marriage, or they may develop love after marriage, the Indians cannot see why the former should necessarily be preferred'.

All social and cultural structures are constantly subject to change. The Panjabi marriage system is not static. It is also changing, but gradually, and not at the speed expected by British Society. Most educated parents are beginning to consult their children about their marriages. Talks, negotiations and dialogues take place within the family. In many ways the pattern is changing from arranged marriages to planned marriages." But according to Ballard and Ballard (1978; p. 49), "the institution of arranged marriages shows no sign of disappearing. As long as the obligation to a wide kinship group is maintained and marriage remains a contract between the two families, rather than two individuals, kinsmen will be deeply involved in approving, if not making, the choice." This view is supported by the C.R.E. (1976, p. 27) survey in which 88% of the parents and 67% of the young people agreed that arranged marriages will work well in the Asian Community, and should be continued.'

There is a minority of Panjabi parents who still have Victorian and traditional attitudes; and would arrange a marriage for their children without having any prior consultation with them. This is often the cause of conflict between some parents and their adolescent children. I suggest there should be free and frank discussions between the parents and the children on this issue, and decisions should be reached which are mutually agreed. Both the parents and the children should listen to one another's views in a calm and friendly atmosphere.

I also suggest that the media which more than often paints a very bad picture about arranged marriages, should give examples of successful cases as well. As far as I know there is hardly any systematically done research which proves that the arranged marriages are successful or otherwise.

The Upbringing of Children

Panjabi children are usually obedient and anxious to work hard in schools. This view is supported by many teachers working in multi-racial schools where there are Panjabi children. This is mostly because of the Panjabi stable family and the education the children receive at home, and also the way the Panjabi children are brought up by their parents. It is home which teaches the Panjabi children to be obedient, to respect parents, grandparents, teachers and elders.

As a result of the Panjabi close–knit family structure, there have been fewer cases of Panjabi children finding themselves in trouble than indigenous children in this country. This is proved in Conventry. When asked by Councillor John Stoneman at Coventry's Social Services Committee Meeting why no Asian names appeared among the 22 listed for the 'City Care Project' for troublesome juveniles, the City's Director of Social Services, Mr. Tom White, replied that there was a lower proportion of delinquents from the Asian Community in Coventry, which was a highly creditable state of affairs. He said that this was because of their closer–knit families and stricter family discipline. He further said, "If we look at what has happened in the British Community, the family has become less of an influence on children's behaviour — for good and for ill." Coventry Evening Telegraph. (June 6th, 1979).

Panjabi parents put great emphasis on strong ties to the extended family, respect for elders, adherence to authority and family unity. In a joint family system, rearing of children is not considered problematic, because there is always somebody in the family who will care for the children. Children are taught to support their parents in their old age, and are expected to earn a 'good name' for the family. Ballard and Ballard (1978; p. 33) have observed that 'To the South Asian villagers, the maintenance and enhancement of his family honour 'izzat' is perhaps the most important of all goals, and it is this quest for greater 'izzat' that often lies at the root of the decision to migrate.' Furthermore Dosanjh (1976; p. 470) found that "In actual practice, the incidence of corporal punishment is much lower in Panjabi than in English families." He suggested that "Panjabi

47

mothers tend to obtain obedience by persuasive control where the child is made to feel important and feel honoured if asked to do something ... In child training, the well-developed Panjabi techniques, Chamlauna (Praise) and Patiana (Persuasion) are used in gaining control."

Child-rearing practices and value orientation of Panjabis, living in Britain have not changed greatly over the years. This does not mean that the Panjabi Community has not modified and adapted the new situations. One can notice many changes taking place in Panjabi society, but the philosophy and ideology which support cultural values have remained the same.

Most Panjabi parents are worried about their children's losing culture and identity. Ballard and Ballard (1978 p. 41) view that ;

"......most immigrants had very mixed feelings about bringing up their children in Britain for, while they appreciated the quality of the educational opportunities available, they were most concerned about the possibility of their children's anglicisation. However, most parents decided that the socialisation they could give their children at home outweighed the dangers of the school."

The Second Generation

Panjabis wish to retain and preserve their culture, language, identity and traditional ways of life in Britain. Most of the Panjabis have already been able to retain some of their distinctive characteristics over many generations in the past in Africa, U.S.A., Canada, Malaysia and in many other parts of the World.

There is enough evidence to suggest that the second generation British Panjabis also want to retain most of their cultural values. Parekh (1978, p. 44) says : "The second generation Asian immigrant is far less Westernised than is generally realised by others, and even by him. His Westernisation does not generally extend beyond his mannerism, language, dress, food habits, style of life and the like, and rarely penetrates the innermost attitude to life. Like his parents, his innermost or primary identity is essentially Asian. He remains rooted in his parental culture and imbibes only as much of the British way of life as is necessary to help him get by in the British society without appearing odd and awkward."

Thompson (1974) studied Panjabi Sikh children in Coventry. He concluded that the majority of the second generation do not want to give up their Panjabi identity wholly to adopt British norms of behaviour instead they want to liberalise the traditional village and family regime of the Panjab. Thompson further says : "Over–all, second generation Panjabi boys show a remarkable tendency to fulfil the expectations of their parents. In spite of their appearance, which follows the trend of the current youth in fashion, music and mode of entertainment, most young second generation adults do conform to Panjabi norms in their social behaviour."

It has been noticed that the press and the other media has quite often in the past reported the stress and conflict between the generations in the Asian Community. For example, the Daily Telegraph (30th August, 1974) reported ; "The traumatic clash between Asian immigrants and their children...... The parents cannot understand why their children wish to give up the culture they have held for centuries, and the children cannot understand why their parents are old-fashioned, illiterate, embarrassing and will not let them have boy and girl friends." This may be true in some cases, but to generalise would be a serious mistake. It is true to say that the Panjabi children, born or brought up in Britain, are a generation caught between two cultures. At home, they live in their parents' culture, but in school, the neighbourhood and at work, they learn a different culture. There is a need for more people to be aware of the importance of their culture to the Panjabi Community.

Ballard (1972; p. 17) points out : "Young people begin to develop two quite distinct, separate identities. They have had sufficient contact with English people to behave in an extremely English fashion while in their company, but on returning home they revert to Asian identity. The English mask is, as it were, presented only when necessary and particularly at work, when such a mask, particularly in nonmanual occupations is essential.' Ballard also found that "as children reach the age of puberty, the opportunity for and temptation of individual freedom and Anglicisation become greater. But as soon as they see more clearly the realities of their situation, any assimilationist tendencies which started earlier tend to be halted, and indeed they are often reversed."

This fact has been proved in many cities in Britain in the Summer of 1981 during the riots when Asian youths and other ethnic minority youths found that their rights, as well as their parents' rights, were threatened. It is surprising to see how quickly and collectively they reacted to certain situations.

All children disagree with their parents on certain matters at times, and the Panjabi children are no exception. But this does not mean that there is a real wish to break with the family for good. Ballard emphasises that most teenagers of whatever origin quarrel with their parents about the same sort of things, although Asians, because of cultural differences, do have special difficulties. Brah (1978) studied young people's perception of family and ethnic identity. She found the vast majority of the boys and girls support traditional family systems, particularly in looking after the aged.

However Panjabi parents as well as the panjabi children, feel that not much has been or is being done in schools for the development of their languages and culture. In the past, it was expected that the immigrants would comply with and accept the host culture, and the schools encouraged the theory of assimilation, considering that the second generation Panjabi would have no difficulty in accepting British culture. Some people still argue that Asian culture and language will die in Britain with the passage of time. But I do not see any sign of its disappearing altogether. Some people who have not considered the importance of the educational and psychological value of Asian languages and culture think that it is not the job of the school to preserve the cultures of minority groups, as this could as well be carried out by the Temple, or Gurdwara. Yes, these religious institutions have turned their attention towards the teaching of their mother tongues and culture to the second generation children, having seen that their children are moving away from their culture and losing their language. Thousands of second generation Panjabi children can be seen in Gurdwaras all over Britain, learning their language and cultures out of school time.

But is this the solution to the problem ? Certainly not; it will not help the Panjabi children to integrate with their White friends, and will create suspicion instead, because it may appear to be secret activity even if this is not intended.

In my own opinion, it should be the part and parcel of the school curriculum, where there should be some facilities for the English children to learn Asian languages as well, if they so wish. There is now no denying the fact that Britain is a multi-racial and multi-cultural country. All different cultural groups should exist side by side, showing respect and tolerance to one another.

LANGUAGE AND DIALECTS

The Panjabis whether they are Hindus, Sikhs, Muslims or Christians speak Panjabi in Panjab, other parts of India and also in other countries where they have settled. Panjabi has been the official language of Panjab since April 1968. Before

51

August 1947 Panjab was one of the richest and largest provinces of India when it was divided between Pakistan and India. So a vast majority of Panjabis in Pakistan also speak in one or another form of Panjabi. But Panjabi is written in Persian script in Pakistan and in the Gurmukhi script in India. Panjabi is closely related to Hindi which is written in Devanagri script. It is written from left to right while Urdu is written from right to left. There are a large number of English words which are so frequently used by Panjabi speakers in Britain and also in India that their use in both written and spoken Panjabi is accepted.

Panjabi Dialects

Panjabi is a young language as compared with Latin, Sanskrit, Persian, Greek and Arabic. It has many dialects. The main dialects are ;

Majhi :

Majha is the area that lies between the river Beas and the river Ravi. It was the central area of Panjab before partition in 1947 which included the cities of Amritsar and Lahore. Majhi is spoken in this area. Majhi dialect is regarded as the standard Panjabi.

Pothohari :

The area beyond the river Jhelum is known as Pothohar (now in Pakistan). Pothohari is spoken in this area.

Multani ;

People of Jhang, Multan and Montgomery (now in Pakistan) speak Multani.

Malwai ;

Malwa is the area that lies to the south of the river Sutlej. Ferozepur, Sangrur, Nabha, Ludhiana, Patiala, Faridkot, Bathinda are the major cities of Malwa. Malwai is spoken in this area.

Puadhi :

The area around the cities of Ropar, Patiala and Ambala is know as Puadh (purvardh) and the people of this area speak Puadhi.

Dogri or Pahari (dialect of the hill areas)

The people around Kangra and Jammu speak Dogri.

Doabi ;

Doaba is the area that is between the river Sutlej and the river Beas. Hoshiarpur, Jalandhar, Kapurthala, Banga. Nakodar. Nawanshahar, Phagwara and Garhshankar are the main citics of this area. Doabi is spoken in this area.

As mentioned before that about 90% of the Panjabis in Britain come from Doaba, therefore a vast majority of Panjabis here speak Doabi dialect.

References

1. Ballard Catherine (1978) 'Arranged marriages in the British context.' "New Community", vol. VI, No. 3, Summer 1978.
2. Ballard Roger and Ballard Catherine (1976), The Sikhs — Development of South Asian Settlement in Britain in James Watson (Eds.) Migrants and Minorities in Britain. Blackwell 1978.
3. Ballard Roger (1972) 'Family organisation among the Sikhs in Britain', "New Community", vol. 2 No. 1 Winter 1972-73.
4. Brah Avtar (1978) South Asian teenagers in Southhall, their perception of marriage, family and Ethnic identity. "New Community", vol 6. No. 3, Summer 1978.
5. Cheetham Julliet (1972) "Social work with immigrants." Routledge and Kegan Paul.
6. Cole W. O. and Sahmbi P. S, (1978) "The Sikhs : Their religious beliefs and practices." Routledge and Kegan Paul.

7. Community Relations Commission (1976) Between two cultures — A study of relationships between generations in the Asian Community in Britain.

8. "Coventry Evening Telegraph."

9. Dosanjh J. S. 1976) "A Comparative study of Panjabi and English child rearing practices with special reference to Lower Junior 7—9", (unpublished Ph.D. Thesis), University of Nottingham.

10. Hill Clifford (1970) "Immigration and Integration ; A study of the settlement of coloured minorities in Britain, Pergamon Press Ltd.

11. Lyon Michael H. (1972) "Ethnicity and Gujerati Indians in Britain." "New Community" Vol. 2, No. 1, Winter 1972—73.

12. Milner, D. (1975) "Children and Race" Harmonds worth Penguin.

13. Mc Dermott Mustafa Yusuf and Ahsan Muhammad Manazir (1980) "The Muslim Guide", The Islamic Foundation, 223, London Road, Leicester.

14. Morris Ivor (1971) "The Background of Immigrant children." London, George Allen and Unwin Ltd.

15. Parekh Bhikhu (1978) "The Indian Family". Scope Communication, Southall Middlesex.

16. Thompson Marcus (1974) 'The Second Generation; Panjabi or English', "New Society", Vol. 3, No. 3, Summer 1974.

Chapter 2

Joint Matriculation Board

General Certificate of Education

Panjabi (Advanced) Paper I **Thursday 12 June 1980 9.30–12.30**

Careless work and untidy work will be penalised.

Answer *four* questions, including at least two from Section A.

Answers may be written in English or in Panjabi. The answers will be marked on the basis of the quality of the content, not on the linguistic accuracy of the answer.

Section A **(Set books)**

Mohan Singh : *Save Pattar*

1 **Either** (a) Judging from his poem "ਰੁਬ", say how versatile a poet Mohan Singh is.

Or (b) Discuss Mohan Singh's treatment of the theme of love in the poem "ਬਸੰਤ".

Nanak Singh : *Astak Nastak*

2 **Either** (a) "*Astak Nastak* would be a much better novel if it were half as long." Discuss.

Or (b) "Munshi Raj Singh is the most impressive character in *Astak Nastak*." Do you agree ?

Raghbir Dhand : *Us Paar*

3 **Either** (a) Describe one of Raghbir Dhand's stories which you consider to be highly successful and one which you consider not to be. Give full reasons for your choice.

Or (b) Discuss Raghbir Dhand's portrayal of Gauri's character in his story "ਡਰਟੀ ਕਲਰ".

Bhai Vir Singh : *Mere Saian Jio*

4 **Either** (a) What impression of Bhai Vir Singh's personality have you received from reading his poetry ?

Or (b) Give the meaning of the following poem and discuss its style ;

ਹਜ਼ੂਰੀ ।

ਸਹੀਓ ਨੀ ਸ਼ਹੁ ਆਪ ਨ ਆਯਾ,
ਪਰ ਉਸ ਨੇ ਨਿਜ ਘੱਲ ਹਜ਼ੂਰੀ
ਕਰ ਲਿਆ ਹਾਜ਼ਰ ਸਾਨੂੰ ਆਪ,
ਮੱਲੋ ਮੱਲੀ, ਜੋਰੋ ਜੋਰੀ
ਕਰ ਲਿਆ ਹਾਜ਼ਰ ਵਿਚ ਹਜ਼ੂਰਿ-
ਕੋਲੋਂ ਕੋਲ ਤੇ ਨਾਲੋਂ ਨਾਲ
ਦੂਰੀ ਸੱਟੀ ਦੂਰ ਨਿਕਾਲ,
ਸਾਂਈਆਂ ਜੀ ਦਾ ਤੱਕ ਕਮਾਲ
ਦੂਰੀ ਸੱਟੀ ਦੂਰ ਨਿਕਾਲ ।

Section B (Background studies)

5 Briefly describe a Panjabi marriage ceremony.

6 "Maharaja Ranjit Singh's rule was free from religious bigotry." Discuss.

7 Panjab is called the smallest big province of India. Justify this statement.

8 "To-day, there is no part of the world where the Panjabis are not settled — and have not made good." Discuss.

Joint Matriculation Board

General Certificate of Education

Panjabi (Advanced) Paper I **Tuesday 16 June 1981 1.30-4.30**

Careless work and untidy work will be penalised.

Answer *four* questions, including at least two from Section A.

Answers may be written in English or in Panjabi. The answers will be marked on the basis of the quality of the content, not on the linguistic accuracy of the answer.

Section A (Set Books)

Mohan Singh : *Save Pattar*

1 **Either** (a) Mohan Singh is at its best when describing emotion. Judging from your reading of his poem "ਮਾਂ", do you agree ?

Or (b) Give a detailed and critical appreciation of Mohan Singh's poem "ਅੰਬੀ ਦੇ ਬੂਟੇ ਥੱਲੇ" paying particular attention to his poetic technique.

Nanak Singh : *Astak Nastak*

2 **Either** (a) Givh a brief account of Nanak Singh's treatment of the holy men in "*Astak Nastak*".

Or (b) Which two characters in "*Astak Nastak*" do you find the most memorable and why ?

Raghbir Dhand : *Us Paar*

3 **Either** (a) How convincing do you find the character of Rajinder ? Refer closely to the story "ਮੌਰ ਮਨੀ, ਮੌਰ ਫਰੀਡਮ".

Or (b) "ਤੀਜੀ ਅੱਖ" is Raghbir Dhand's best story. Do you agree ?

Bhai Vir Singh ; *Mere Saian Jio*

4 **Either** (a) To what extent do you consider Bhai Vir Singh to be a religious poet ?

Or (b) Bhai Vir Singh's poem "ਹੀਰਾ ਕਣੀ" is a poem for all times. Do you agree ?

H. S. Bajaj : *Dip Bindu*

5 **Either** (a) "ਮਨੁੱਖ ਮਾਤਰ ਦੇ ਹਰ ਜੀਵ ਨੂੰ ਸੁਖਾਵੇਂ ਤੌਰ ਤੇ ਵਧਣ-ਫੁਲਣ ਲਈ ਇਕ ਸੋਹਣੇ, ਪਿਆਰ-ਭਰੇ ਅਤੇ ਜਜ਼ਬੇ-ਭਰਪੂਰ ਮਾਹੌਲ ਦੀ ਲੋੜ ਹੈ।"

Show how Bajaj uses this theme in "*Dip Bandu*".

Or (b) Comment on the character of Gurdip and on the way Bajaj presents it.

Shiv Charan Gill : *Gau Hattiya*

6 **Either** (a) Shiv Charan Gill is famed for his skill in chracterisation. Discuss this statement with reference to at least *three* of the stories prescribed for study.

Or (b) To what extent do you find yourself able to sympathize with Khair Din ? Refer closely to the story "ਚਾਚਾ ਖ਼ੈਰੂ".

Section B (Background Studies)

7 Give an account of the importance of Baisakhi for the people of Panjab.

8 Discuss the causes of the first Anglo-Sikh war.

9 Write a brief note on the folklore of the Panjab.

10 Describe the growth of small-scale industries in the Panjab after 1950.

Joint Matriculation Board

General Certificate of Education

Panjabi (Advanced) Papar I **Wednesday 23 June 1982 1.30-4.30**

Careless work and untidy work will be penalised.

Answer *four* questious. including at least two from Section A,

Answers may be written in English or in Panjabi. The answers will be marked on the basis of the quality of the content, not on the linguistic accuracy of the answer.

Section A (Set Books)

Mohan Singh ; *Save Pattar*

1 **Either** (a) "ਮੋਹਨ ਸਿੰਘ ਦੀ ਕਵਿਤਾ ਵਿਚ ਰਾਗ ਦਾ ਹੁਲਾਰਾ ਹੈ।"
Discuss this in relation to Mohan Singh's poem "ਨਾ ਵੰਞ ਢੋਲਾ"।

Or (b) What are Mohan Singh's strengths and weaknesses as a narrative poet ? Support your answer with close reference to two narrative poems from *Save Pattar*.

Nanak Singh ; *Astak Nastak*

2 **Either** (a) "ਇਸ ਘਰ ਵਿਚ ਉਸ ਨੂੰ ਰੋਟੀ ਮਿਲਦੀ ਹੈ ਤੇ ਰੋਟੀ ਨਾਲ ਮਿਲਦਾ ਹੈ ਅਠ ਪਹਿਰੀ ਨਿਰਾਦਰ।"

How relevant is this comment to ਅੰਤੋ ? Discuss.

Or (b) Defend or attack the reputation of Nanak Singh as the most popular novelist of the Panjabi language. Base your answer on *Astak Nastuk.*

Mohan Singh : *Panjabi kavita di wangi*

3 **Either** (a) "ਪੂਰਨ ਸਿੰਘ ਛਦਾ ਬੇਦੀ ਨੂੰ 'ਕੋਟ ਪਤਲੂਣ ਦੀ ਨਵਾਬੀ ਕੈਦ' ਆਖਦਾ ਹੈ।"

Justify or refute this statement in relation to Puran Singh's poems in your text.

Or (b) Is it accurate to call Shah Muhammad the first national poet of Panjabi language ?

Gurdial Singh Phul : *Jin sach pallay hoay*

4 **Either** (a) "ਇਸ ਨਾਟਕ ਵਿਚ ਕੂੜ ਤੇ ਸਚ ਦਾ ਘੋਲ ਵਿਖਾਇਆ ਗਿਆ ਹੈ।"

How accurate an assessment is this of the play *Jin sach pallay hoay,*

Or (b) 'ਹਰੀਆ' is the most amusing character in the play ? Do you agree ?

H. S. Bajaj ; *Dip Bindu*

5 **Either** (a) "The main strength of *Dip Bindu* is its plot." Do you agree ?

Or (b) Discuss the importance of the part played by Bindu in Gurdip's life.

Shiv Charan Gill ; *Gau Hattiya*

6 **Either** (a) "ਅਵਾਸੀ ਕਹਾਣੀ ਇਕ ਦਿਲਚਸਪ ਤਜਰਬਾ ਹੈ।"

How far do you agree with this ?

Or (b) Has Shiv Charan Gill been successsful in portraying the character of "ਚਾਚੀ ਫੱਤੋ" ?

Section B (Background studies)

7 Write a brief note on 'Bhakhra Dam'.

8 Describe the political and social conditions prevailing in the Panjab at the time of Ahmad Shah Abdali's invasion.

9 'Panjab is rightly called the granary of India'. Discuss.

10 Discuss the role of the Panjabis in the economic life of Britain.

Joint Matriculation Board

General Certificate of Education

Panjabi (advanced) Paper I Tuesday 21 June 1983 9.30 – 12.30

Careless work and untidy work will be penalised.

Answer *four* questions, including at least two from Section A.

Answers may be written in English or in Panjabi. The answers will be marked on the basis of the quality of the content, not on the linguistic accuracy of the answer.

Section A (Set Books)

Maharani Jindan : Sohan Singh Seetal

1 **Either** (a) "ਸੁੰਦਰਤਾ, ਸੁਭਾ ਤੇ ਸਮਝ ਦਾ ਸਦਕਾ ਇਹਨੇ ਮਹਾਰਾਜੇ ਦੇ

ਜੀਵਨ ਵਿਚ ਆਪਣੇ ਵਾਸਤੇ ਚੰਗਾ ਥਾਂ ਬਣਾ ਲਿਆ ਸੀ।"

Is this true of Maharani Jindan ?

Or (b) How effectively does Sohan Singh Seetal portray the character of Maharani Jindan ?

Panjabi Kavita di Wangi : Professor Mohan Singh

2 **Either** (a) "ਵਾਰਸ ਸ਼ਾਹ ਦੀ ਕਵਿਤਾ ਦੀ ਬੋਲੀ ਸਾਦੀ, ਆਮ ਵਰਤੋਂ ਦੀ ਤੇ ਠੇਠ ਹੈ।

Discuss this in relation to Waris Shah's poem "ਜੋਗੀ ਦੀ ਫੇਰੀ।"

Or (b) Give a detailed and critical appreciation of Amrita Pritam's poem "ਸਾਨੂੰ ਮਿਲ ਜਾਣਾ ਹੈ।" paying particular attention to her poetic technique.

Jin Sach Pallay Hoay : Gurdial Singh Phul

3 **Either** (a) ਗੁਰਦਿਆਲ ਸਿੰਘ ਫੁਲ ਨੇ ਆਪਣੇ ਨਾਟਕ ਨੂੰ ਨਿਰੇ ਉਪਦੇਸ਼ ਦੇ ਭਾਰ ਹੇਠਾਂ ਨਹੀਂ ਦਬਾਇਆ, ਸਗੋਂ ਸਾਰੇ ਨਾਟਕ ਵਿਚ ਦਿਲਚਸਪੀ ਤੇ ਉਤਸੁਕਤਾ ਕਾਇਮ ਰਖੀ ਹੈ।"

Discuss this statement with reference to *Jin Sach Pallay Hoay.*

Or (b) "*Jin Sach Pallay Hoay* vividly depicts the social life prevailing in the Panjab during the mid-sixteenth century." Do you agree ?

Dip Bindu : H. S. Bajaj

4 **Either** (a) Do you agree that, in *Dip Bindu*, Bajaj is a novelist more of hope than of despair ?

Or (b) "ਘੋਟ ਆਲ੍ਹਣੇ 'ਚੋਂ ਡਿਗ ਕੇ ਹਾਲਾਤ ਦੇ ਅਧੀਨ ਹੋ ਜਾਂਦਾ ਹੈ। ਇਹੋ ਹਾਲ ਇਸ ਨਾਵਲ ਦੇ ਨਾਇਕ ਗੁਰਦੀਪ ਦਾ ਸੀ।"

How far is this statement applicable to life of ਗੁਰਦੀਪ ?

Gau Hattiya : Shiv Charan Gill

5 **Either** (a) "ਸ਼ਿਵ ਚਰਨ ਗਿਲ ਵਿਚ ਸਮਾਜ ਦੇ ਗਰੀਬ ਤੇ ਪਛੜੇ ਹੋਏ ਪਾਤਰਾਂ ਨੂੰ ਪੇਸ਼ ਕਰਣ ਦੀ ਬੇ-ਮਿਸਾਲ ਸਮਰਥਾ ਹੈ ।"

Discuss with reference to his story "ਬਲ ਹੋਵਿ ਬੰਧਣ ਛੂਟੇ" ।

Or (b) How convincing do you find Shiv Charan Gill's story "ਚਾਚੀ ਫ਼ਤੋ" ?

Looni Mehak ; Darshan Dhir

7 **Either** (a) "ਉਸ਼ਾ ਦੀ ਜ਼ਖਮੀ "ਮੈਂ" ਕਹਾਣੀ ਦੀ ਚੂਲ ਹੈ"

Discuss this in relation to Darshan Dhir's story "ਮੈਂ"

Or (b) Assess Darshan Dhir as a short story writer. Base your answer on the last ten stories of his book "*Looni Mehak*".

Section B (Background Studies)

7 Give an account of the contribution made by the Punjabis in the field of sports.

9 "Banda Bahadur virtually destroyed the Mughal administration in the Panjab." Discuss.

9 Outline the progress made by the Panjab in the sphere of agriculture since 1947.

10 Describe the various climates of the Panjab.

Joint Matriculation Board

General Certificate of Education

Panjabi (Advanced) Paper I Monday 25 June 1984 1.30 - 4.30

Careless work and untidy work will be penalised.

Answer *four* questions, including at least two from Section A.

Answers may be written in English or in Panjabi. The answers will be marked on the basis of the quality of the content, not on the linguistic accuracy of the answer.

Section A (Set Books)

Maharani Jindan : Sohan Singh Seetal

1 **Either** (a) ਮਹਾਂਰਾਜੇ ਦੀਆਂ ਦੂਸਰੀਆਂ ਰਾਣੀਆਂ ਜ਼ਿੰਦਾਂ ਨੂੰ ਬਹੁਤ ਪਿਆਰ ਕਰਦੀਆਂ ਸਨ ।" Discuss.

Or (b) Assess Sohan Singh Seetal as a novelist.

Panjabi Kavita Di Wangi : Mohan Singh

2 **Either** (a) ਭਾਈ ਵੀਰ ਸਿੰਘ ਨੂੰ ਆਧੁਨਿਕ ਪੰਜਾਬੀ ਕਵਿਤਾ ਦਾ ਪਿਤਾ ਆਖ ਸਕਦੇ ਹਾਂ"

Discuss this in relation to his four poems in your text.

Or (b) Give a critical appreciation of Shiv Kumar Batalvi's poem "ਸਫ਼ਰ".

Jin Sach Pallay Hoay : Gurdial Singh Phul

3 **Either** (a) ਇਸ ਨਾਟਕ ਵਿਚ ਕਿਰਤ ਦੀ ਵਡਿਆਈ ਅਤੇ ਛੂਤ-ਛਾਤ ਦੀ ਨਿਖੇਦੀ ਜ਼ੋਰ ਨਾਲ ਕੀਤੀ ਗਈ ਹੈ ।"

Is this true of Jin Sach Pallay Hoay ?

Or (b) Portray the character of "ਧੰਨ ਦੇਈ".

Kaya Kalip : Raghbir Dhand

4 **Either** (a) "ਰਘਬੀਰ ਢੰਡ ਦੀਆਂ ਨਸਲਵਾਦ ਵਿਰੁਧ ਲਿਖੀਆਂ ਕਹਾਣੀਆਂ ਬੜੀਆਂ ਅਸਰਦਾਇਕ ਹਨ ।"

Discuss this with reference to his story "ਟੇਵੇ."

Or (b) Do you agree that "ਕਿਰਨਾਂ" is a successful story ?

Dhart Waliati Desi Chamba : Pritam Sidhu

5 **Either** (a) "ਪ੍ਰੀਤਮ ਸਿਧੂ ਨੇ ਇੰਗਲੈਂਡ ਵਸਦੇ ਪੰਜਾਬੀਆਂ ਦੇ ਜੀਵਨ ਨੂੰ ਬੜੇ ਸੋਹਣੇ ਢੰਗ ਨਾਲ ਚਿਤਰਿਆ ਹੈ ।"

Do you agree ?

Or (b) The main strength of Pritam Sidhu as a writer is his effective language. Is this true ?

Kanak Di Bali ; Balwant Gargi

6 **Either** (a) "ਮੈ ਆਮ ਲੋਕਾਂ ਦੀ ਬੋਲੀ ਵਿਚ ਨਾਟਕ ਲਿਖਦਾ ਹਾਂ ।"
After reading '*Kanak di Bali*' do you agree with the above statement of Balwant Gargi ?

Or (b) Analyse the role of "ਤਾਂਬਾਂ" in the play "*Kanak di Bali*".

Panj Pani : Mohan Singh

Either (a) "ਸੋਹਨ ਸਿੰਘ ਨੇ ਆਪਣੇ ਸਮੇਂ ਵਿਚ ਦੇਸ਼ ਪਿਆਰ ਤੇ ਆਜ਼ਾਦੀ ਦੀ ਲਹਿਰ ਤੋਂ ਪ੍ਰਭਾਵਤ ਹੋ ਕੇ ਵੀ ਕਵਿਤਾ ਲਿਖੀ ਹੈ" ।

Discuss this in relation to Mohan Singh's poems "ਪੰਜਾਬਣ ਦਾ ਗੀਤ" or "ਆਓ ਨਚੀਏ".

Or (b) Mohan Singh is at his best when he is describing emotion. Judging from your reading of "ਸਿਪਾਹੀ ਦਾ ਦਿਲ", do you agree ?

Kadran Keemtan ; Swarn Chandan

8 Either (a) "ਘਰ ਵਿਚ ਆਮ ਕਰਕੇ ਭਜਨ ਕੌਰ ਦੀ ਮਰਜ਼ੀ ਹੀ ਚਲਦੀ ਸੀ" ।
Discuss this statement.

Or (b) Has Swarn Chandan been successful in depicting the miseries of arranged marriages ? Discuss this with reference to his novel "*Kadran* "*Keemtan*.

Section B (Background Studies)

9 Give an account of the contribution made by the Panjabis

to the freedom movement during the period 1900 – 1947.

10 Write a brief note on Sikhism.

11 "Invasions from the west converted the Panjabis into a martial race". Discuss.

12 Write a brief sketch of Maharaja Ranjit Singh.

Joint Matriculation Board

General Certificate of Education

Panjabi (Advanced) Paper I   Monday 24 June 1985 1.30–4.30

Careless work and untidy work will be penalised.

Answer *four* questions, including at least *two* from Section A.

Answers may be written in English or in Panjabi. The answers will be marked on the basis of the quality of the content, not on the linguistic accuracy of the answer.

Section A   (Set books)

Jin Sach Pallay Hoay : Gurdial Singh Phul

1   **Either (a)** "ਇਸ ਨਾਟਕ ਰਾਹੀਂ ਲੇਖਕ ਨੇ ਗੁਰੂ ਨਾਨਕ ਦੇ ਸਮੇਂ ਦੇ ਸਮਾਜ ਨੂੰ ਪ੍ਰਭਾਵਸ਼ਾਲੀ ਨਾਟਕੀ ਢੰਗ ਨਾਲ ਮੁੜ ਸੁਰਜੀਤ ਕੀਤਾ ਹੈ ।" Discuss this statement.

       Or (b) "The characters in this play are true to life." Do you agree ?

Kadran Keemtan : Swarn Chandan

2   **Either (a)** "ਸ਼ਬਦਾਂ ਦਾ ਸੰਜਮ (brevity) ਅਤੇ ਬਿਆਨ ਦਾ ਨੀਵਾਂ ਸੁਰ (low tone) ਸਵਰਨ ਚੰਦਨ ਦਾ ਗੁਣ ਹੈ" ।

66

Comment on this statement.

Or (b) Discuss the effectiveness of Swarn Chandan's portrayal of "ਨਿੰਮੀ".

Panj Pani : Mohan Singh

3 **Either** (a) "ਮੋਹਨ ਸਿੰਘ ਛੋਟੀ ਕਵਿਤਾ ਦਾ ਉਸਤਾਦ ਹੈ।" Discuss this in relation to any two of his poems in your text.

Or (b) Write a careful study of the poem "ਅੰਬੀ ਦੇ ਬੂਟੇ ਥੱਲੇ" giving your reasons for what you like or dislike about it and paying close attention to such matters as subject, form and style.

Kaya Kalip : Raghbir Dhand

4 **Either** (a) "ਕੀ ਪਾਤਰ ਉਸਾਰੀ ਦੇ ਪਖੋਂ ਰਘਬੀਰ ਢੰਡ ਸਫ਼ਲ ਕਹਾਣੀਕਾਰ ਹੈ?" Basing your answer on the stories in your text, comment on this statement.

Or (b) Has Raghbir Dhand been successful in depicting the plight of first generation Panjabi immigrants in his story "ਦਲ-ਦਲ" ?

Dhart Waliati desi chamba : Pritam Sidhu

5 **Either** (a) "ਪ੍ਰੀਤਮ ਸਿਧੂ ਦੇ ਪਾਤਰ ਅੰਗਰੇਜ਼ੀ ਸਭਿਆਚਾਰ ਤੋਂ ਅਭਿਜ (unaffacted) ਹਨ।" Discuss the statement.

Or (b) What is the significance of the title of this book ?

Section B (Background Studies)

6 Briefly discuss the happenings in the Panjab during the year 1984.

7 Discuss the causes of Anglo–Sikh wars.

8 Write a note on the folklore of the Panjab.

9 Discuss the institution of Panjabi arranged marriages.

Joint Matriculation Board
General Certificate of Education
Panjabi (Advanced) Paper 1

Tuesday 24 June 1986 9.30-12.30
Careless work and untidy work will be penalished.
Answer four questions, including at least two from Section A.

Answers may be written in English or Panjabi. The answers will be marked on the basis of the quality of the content, not on the linguistic accuracy of the answer.

Section A Set Books Answer at least two questions from this section.

Swarn Chandan : Kadran Keemtan

1 Either (a)

ਇਸ ਨਾਵਲ ਵਿੱਚ ਸਵਰਨ ਚੰਦਨ ਨੇ ਆਪਣੇ ਪਾਤਰਾਂ ਰਾਹੀਂ ਪੂਰਬੀ ਅਤੇ ਪੱਛਮੀ ਸਭਿਅਕ (cultural) ਤੇ ਸਦਾਚਾਰਕ (moral) ਕੀਮਤਾਂ ਨੂੰ ਉਘਾੜਿਆ ਹੈ। Comment.

Or (b)

'Rimmi (ਰਿੰਮੀ) is a victim of circumstances.' Discuss.
Mohan Singh : Sawe Patter

2 Either (a)

ਬਾਕੀ ਕੁਲ ਦੁਨੀਆਂ ਦੇ ਬੂਟੇ,
ਜੜ੍ਹ ਸੁਕਿਆਂ ਮੁਰਝਾਂਦੇ,
ਐਪਰ ਫੁੱਲਾਂ ਦੇ ਮੁਰਝਾਇਆਂ,
ਇਹ ਬੂਟਾ ਸੁੱਕ ਜਾਏ।

Comment on the poem from which the above lines are taken.
Referring to specific poems, discuss the importance in this collection of the theme of love.

Or (b)

Write a critical appreciation of one of the following poems:
ਇੱਕ ਥੇਹ, ਬਸੰਤ, ਰੱਬ।

Gurbax Singh : Meri Jeewan Kahani 1986

3 Either (a)

ਗੁਰਬਖਸ਼ ਸਿੰਘ ਦੀ ਪੁਸਤਕ 'ਮੇਰੀ ਜੀਵਨ ਕਹਾਣੀ' ਦੇ ਪਾਤਰ ਚੰਗਿਆਈ ਵੱਲ ਪ੍ਰੇਰਦੇ ਹਨ।
Discuss.

Or (b)
What message do you derive from the story 'Bhua Barkate (ਭੂਆ ਬਰਕਤੇ)'?

Mohan Singh : Panj Pani

4 Either (a)
'ਮੋਹਨ ਸਿੰਘ ਮਜ਼ਦੂਰਾਂ ਦਾ ਕਵੀ ਵੀ ਹੈ।'
Discuss this with reference to his poem 'Taj Mahal(ਤਾਜ ਮਹਲ)'

Or (b)
Assess the quality of Mohan Singh's lyrical poetry in this collection.
Balwant Gargi : Loha Kut

5 Either (a)
'ਪਾਤਰਾਂ ਦੀ ਵਾਰਤਾਲਾਪ ਵਿੱਚ ਰੁੱਖਾਪਣ ਹੈ ਪਿਆਰ ਨਹੀਂ।' Discuss.

Or (b)
'This play was written forty years ago but its theme is relevant even today.' discuss.

Darshan Dhir : Luni Mehak

6 Either (a)
'In Luni Mehak Darshan Dhir's characters have abundant material comforts but lack peace of mind.' Discuss.

Or (b)
'ਪੂਜ ਕਹਾਣੀ ਵਿੱਚ ਰਾਕੇਸ਼ ਦੇ ਮਾਨਸਿਕ ਕਲੇਸ਼ ਦਾ ਚਿੱਤਰ ਉਲੀਕਿਆ ਗਿਆ ਹੈ।' Discuss.

Section B Background studies

7 'Throughout their history, the Sikhs have fought against oppression.' Comment.

8 'The Bhangra and the Gidha are the most popular folk dances of the Panjab.' Discuss.

9 Write a brief note on the Golden Temple of Amritsar.

10 'The western ideas and values are alien to the first generation of the Panjabi immigrants, but their children are greatly influenced by them.' Discuss.

Joint Matriculation Board
General Certificate of Education

Panjabi Advanced Paper 1

Tuesday 23 June 1987 (9.30-12.30)

Careless work and untidy work will be penalised.
Answer four questions, including at least two from Section A.

All answers may be written in English or Panjabi. The answers will be marked on the basis of the quality of the content, not on the linguistic accuracy of the answer.

Section A Set Books Answer at least two questions from this section.

Balwant Gargi : Loha Kut.

1 Either (a)
'ਬਲਵੰਤ ਗਾਰਗੀ ਨੇ ਸੰਤੀ ਦੀ ਪਾਤਰ ਉਸਾਰੀ ਬੜੇ ਸੋਹਣੇ ਢੰਗ ਨਾਲ ਕੀਤੀ ਹੈ।'
Discuss.

Or (b)
'This play is about the violation of established Panjabi traditions.' Justify or refute this statement.

Gurbax Singh: Meri Jeewan Kahani

2 Either (a)
'ਗੁਰਬਖਸ਼ ਸਿੰਘ ਨੇ ਆਪਣੀ ਪੁਸਤਕ ਵਿੱਚ ਆਪਣੇ ਬਚਪਨ ਦੇ ਸਮੇਂ ਦੇ ਰੀਤੀ ਰਿਵਾਜਾਂ ਨੂੰ ਅਤੇ ਉਸ ਸਮੇਂ ਦੇ ਲੋਕਾਂ ਦੀ ਰਹਿਣੀ ਬਹਿਣੀ ਨੂੰ ਪ੍ਰਭਾਵਸ਼ਾਲੀ ਢੰਗ ਨਾਲ ਦਰਸਾਇਆ ਹੈ।'
Discuss.

Or (b)
Comment on the experiences of Gurbax Singh during his journey from Karachi to Liverpool.

Darshan Dhir : Looni Meehak

3 Either (a)
'ਮਾਇਆਵਾਦੀ (materialistic) ਪ੍ਰਬੰਧ ਨੇ ਜ਼ਿੰਦਗੀ ਕਿੰਨੀ ਬੇ-ਰੱਸ ਬਣਾ ਦਿੱਤੀ ਹੈ।'
Discuss this statement with reference to Darshan Dhir's story "ਅਹਿਸਾਸ' ।

Or (b)
'The story 'ਠੰਡੀ ਚਾਹ ਦੀ ਪਿਆਲੀ' Despicts the evil alliance between the politicians and the unsocial elements.' How far do you agree with this statement?

Jaswant Singh Kanwal : Pali
4 Either (a)
'ਇਸ ਨਾਵਲ ਵਿੱਚ ਗੁਰਦੇਵ ਪ੍ਰੇਰਕ ਹੈ ਅਤੇ ਔਕੜ ਸਮੇਂ ਬਲਬੀਰ ਨੂੰ ਸਹਾਰਾ ਦੇਂਦਾ ਹੈ।' Discuss.

Or (b)
Discuss the main theme of the novel 'Pali'.

Amrita Pritam : Chonwi Kawita
5 Either (a)
'ਤਵਾਰੀਖ ਦੇ ਗੁਆਚਦੇ ਜਾਂਦੇ ਸਫ਼ਿਆਂ ਵਿੱਚੋਂ ਕੁਝ ਨਿਸ਼ਾਨੀਆਂ ਸਾਂਭ ਲੈਣੀਆਂ ਇਸ ਸੰਗ੍ਰਹਿ ਦਾ ਇੱਕ ਵੱਡਾ ਮੰਤਵ ਹੈ।' Discuss.

Or (b)
'Santokh Singh Dhir has been able to express deep rooted thoughts in simple language.' Discuss this statement with reference to his poem 'ਏਸ਼ੀਆ'.

Giani Tarlok Singh : Sikh Raj Dian Shaman
6 Either (a)
'ਖੁਦਗਰਜ਼ ਲੋਕਾਂ ਨੇ ਐਸੀ ਫੁੱਟ ਦੀ ਚੰਗਿਆੜੀ ਸੁੱਟੀ ਜੋ ਸਾਰੇ ਸਿੱਖ ਰਾਜ ਨੂੰ ਸਾੜ ਫੂਕ ਕੇ ਤਬਾਹ ਕਰ ਗਈ।'
How far do you agree with this statement?

Or (b)
'The action of the 'Sandhawalia Sardars' partly contributed to the downfall of the Sikh Raj.' Justify or refute this statement.

Section B Background Studies
7 Discuss the developments which have taken place in agriculture in the Panjab since 1947.
8 Discuss the advantages and disadvantages of Panjabi arranged marriages.
9. Given an account of the importance of Diwali for the people of the Panjab.
10 'In Britain the extended family system is diminishing among Panjabis.' Discuss.

Joint Marticulation Board
General Certificate of Education
Panjabi Advanced Paper 1

Tuesday 28 June 1988 9.30-12.30

Careless work and untidy work will be penalised.
Answer four questions, including at least two from Section A.
Answer may be written in English or Panjabi. They will be marked on the basis of their content, not on the basis of their linguistic accuracy.
This paper carries 60 marks. All questions carry equal marks.

Section A Set Books Answer at least two questions from this section.

Jaswant Singh Kanwal : Pali

1 Either (a)

'ਇਸ ਨਾਵਲ ਵਿੱਚ ਜਸਵੰਤ ਸਿੰਘ ਕੰਵਲ ਕਹਾਣੀਕਾਰ ਤੋਂ ਵਧੇਰੇ ਉਪਦੇਸ਼ਕ ਜਾਪਦਾ ਹੈ ।

How far do you agree?

Or (b)

To what extent do you agree that Pali's father was justified in bringing her back from her in-law's house?

Amrita Pritam: Chonwi Kawita

2 Either (a)

'ਧਨੀ ਰਾਮ ਚਾਤ੍ਰਿਕ ਦੀ ਕਵਿਤਾ ਵਿੱਚ ਸਾਨੂੰ ਆਪਣਾ ਪੰਜਾਬ ਬੜਾ ਪ੍ਰਤੱਖ ਵਿਖਾਈ ਦੇਂਦਾ ਹੈ ।'

With close reference to the poem 'ਮੇਲੇ ਵਿੱਚ ਜੱਟ', discuss the above statement.

Or (b)

Discuss briefly the literary values of the folklore in Chonwi Kawita.

Bhai Vir Singh: Sundri

5 Either (a)

ਭਾਈ ਵੀਰ ਸਿੰਘ ਜੀ ਨੇ ਨਾਵਲ ਦੀ ਨਾਇਕਾ 'ਸੁੰਦਰੀ' ਰਾਹੀਂ ਪੁਰਾਤਨ ਸਿੰਘਣੀਆਂ ਦੇ ਤਿਆਗ, ਧਰਮ ਭਾਵ ਅਤੇ ਉੱਚੇ ਆਚਰਨ ਨੂੰ ਦਰਸਾਉਣ ਦਾ ਯਤਨ ਕੀਤਾ ਹੈ।'

How far do you agree with this statement?

Or (b)

What kind of society is portrayed in the novel'ਸੁੰਦਰੀ'?

Rajinder Singh Bedi: Ik Chadar Adho Rani

6 Either (a)

'ਅਸੀ ਲੱਖ ਰੋਈਏ ਪਰ ਇਸ ਨਾਵਲ ਦਾ ਦਰਦ ਅੱਥਰੂਆਂ ਵਿੱਚ ਖੁਰਣ ਵਾਲਾ ਨਹੀਂ, ਇਹ ਬਹੁਤ ਪੀੜਾ ਹੈ।'

Discuss this statement.

Or (b)

Comment on the part played by social pressures in this novel.

Section B Background Studies

7 Discuss the problems faced by Panjabi youth in Britain.

8 Discuss the importance of baptism in the Sikh religion.

9 How has the army action on the Golden Temple in June 1984 affected the life and thinking of the Panjabis in India and abroad?

10 Discuss the significance of 'Baisakhi' among the Panjabi people.

Joint Marticulation Board
General Certificate of Education
Panjabi Advanced Paper 1

Monday 25 June 1990 9.30-12.30

Candidates are reminded of the need for clear presentation.

Answer four questions, including at least two from Section A.

Answers may be written in English or Panjabi. The answers will be marked on the basis of the quality of the content, not on the linguistic accuracy of the answer.

All question carry equal marks.

Section A Set Books Answer at least two questions from this section.

Swarn Chandan: Kadran Keemtan

1 Either (a)

'ਇਸ ਨਾਵਲ ਵਿੱਚ ਸਵਰਨ ਚੰਦਨ ਨੇ ਦੋ ਵੱਖਰੇ ਵੱਖਰੇ ਸਮਾਜਾਂ ਵਿੱਚ ਪਲ ਰਹੀਆਂ ਪੀੜ੍ਹੀਆਂ ਦੇ ਰਹਿਣ ਸਹਿਣ ਨੂੰ ਬੜੇ ਹੀ ਕਲਾਮਈ (artistically)ਢੰਗ ਨਾਲ ਵਰਨਣ ਕੀਤਾ ਹੈ।'

Discuss this statement.

Or (b)

How far is Rimmi justified in asking for Jawant to be deported? Give your reasons.

Sohan Singh Seetal: Singh Raj Kiwan Gia

2 Either (a)

'ਜੰਗ ਹਿੰਦ ਪੰਜਾਬ ਦਾ ਹੋਣ ਲੱਗਾ
ਦੋਵੇ ਬਾਦਸ਼ਾਹੀਆਂ ਫੌਜਾਂ ਭਾਰੀਆਂ ਨੀ',

'ਸ਼ਾਹ ਮੁਹੰਮਦਾ ਇੱਕ ਸਰਕਾਰ ਬਾਝੋਂ
ਫੌਜਾਂ ਜਿਤ ਕੇ ਅੰਤ ਨੂੰ ਹਾਰੀਆਂ ਨੀ।'

Discuss how far Sohan Singh Seetal's version of events agrees with the above verses which seem to summarise the downfall of the Sikh Raj in the Panjab.

Or (b)
Give a brief account of the events which led to the second Anglo- Sikh War. What were the results?
Base your answer on the text.

Mohan Singh: Savay Pattar
3 Either (a)

'ਮੋਹਨ ਸਿੰਘ ਦੀ ਕਵਿਤਾ ਵਿੱਚ ਵਲਵਲੇ ਅਤੇ ਖਿਆਲ ਉਡਾਰੀ ਦੇ ਨਾਲ ਨਾਲ ਬੜੇ ਸੰਜਮ ਸਹਿਤ ਸ਼ਬਦਾਂ ਨੂੰ ਟਿਕਾਣ ਤੇ ਲਿਸ਼ਕਾਣ ਦੀ ਕਰਾਮਾਤ ਹੈ ।'

Assess the above mentioned qualities of the poet with reference to his poem 'ਮਾਂ'

Or (b)
Assess the qualities of Mohan Singh as a writer of songs and romantic poetry.

Rajinder Singh Bedi: Ik Chadar Adho Rani
4 Either (a)

'ਇਸ ਛੋਟੇ ਜਿਹੇ ਨਾਵਲ ਵਿੱਚ ਬੇਦੀ ਨੇ ਪੰਜਾਬੀ ਪਿੰਡ ਦਾ ਜੀਵਨ ਅਤੇ ਨੱਪੀ ਹੋਈ ਨਾਰੀ ਦੀ ਸਹੀ ਤਸਵੀਰ ਪੇਸ਼ ਕੀਤੀ ਹੈ ।'

Discuss this statement.

Or (b)
Describe the circumstances which led to Mangal's marriage to Rano. How did he react to the marriage?

Gurbax Singh: Meri Jeewan Kahani (Part 1)
5 Either (a)
'ਮੇਰੀ ਨਹੀਂ, ਇਹ ਹੋਰਨਾਂ ਚੰਗਿਆਂ ਦੀ ਕਹਾਣੀ ਹੈ ।'

Discuss this statement with reference to any two characters featured in the text.

Or (b)
Describe the two decision, 'ਮੇਰੇ ਦੋ ਫੈਸਲੇ', which Gurbux Singh made at the age of eighteen, and comment critically on each of them.

Amarjit Chandan: Do Kinare
6 Either (a)

'ਤਰਸੇਮ ਸਿੰਘ ਨੀਲਗਿਰੀ ਦੀ ਕਹਾਣੀ 'ਦੋ ਕਿਨਾਰੇ' ਦੇ ਪਾਖਰ ਸਿੰਘ ਨੇ ਵਤਨ ਮੁੜ ਜਾਣ ਦੀ ਇੱਛਾ ਪੂਰੀ ਕਰ ਲਈ ਜਾਪਦੀ ਹੈ ।'
Discuss.

Or (b)
'' 'ਧੂਏਂ ਦਾ ਬੁੱਲਾ'is a story of hypocritical human relations.'
Describe the incidents which help to justify this statement.

I.C. Nanda: Jhalkare
7 Either (a)
'ਅਸੀਂ ਆਪ ਭਾਵੇਂ ਲੱਖ ਬੇਈਮਾਨੀਆਂ ਕਰੀਏ ਪਰ ਦੂਜਿਆਂ ਨੂੰ ਕਦੀ ਮੁਆਫ ਨਹੀਂ ਕਰਦੇ ।'
Develop this statement in the context of the play 'ਬੇਈਮਾਨ' ।

Or (b)
Describe fully the reasons which contributed to Bebe Ram Bhajani's disenchantment with life. What was her last wish?

Section B Background Studies

8 With special reference to the economic sector, examine critically the extent to which the Panjabi community has been able to establish itself in the mainstream of British life.

9 Describe briefly the concept of 'arranged marriage' and discuss its alleged failures and successes.

10 'Sikhism and democracy go hand in hand.' Discuss this statement by giving specific examples from Sikh history.

11 Describe briefly the nature of the crises in the Panjab today, and suggest some ways and means to resolve these problems.

Chapter 3

Exercise 1

1 Translate into Panjabi :

(a) We are told that in these days of railroads people rush through countries and see nothing. It may be so, but that is not the fault of the railways. They confer upon us the inestimable advantages of being able, so rapidly and with so little fatigue, to visit countries which were much less accessible to our ancestors. What a blessing it is that not our own islands only — our smiling fields and rich woods, the mountains, castles and cathedrals, and many a spot immortalised in the history of our country — not these only, but the sun and scenery of the South, the Alps, the blue Mediterranean, and the cities of Europe, with all their treasures, are now brought within a few hours of us. J. M. B. 1980

(b) Most of the people of India live by farming, many of them at subsistence level. Many farmers rely on age-old methods of tilling the land, with the result that the yield is low. But government plans to increase productivity have had considerable success. Farmers have been supplied with fertilizers and high yield seeds and have been given grants to buy machinery. A wide range of crops is grown. Rice is the most important cereal and is the staple food

of southern and eastern India. In the drier parts of nor-
thern India, wheat is the principal grain crop. Millet,
maize and barley are also grown. Cotton thrives on the
soils of west central Deccan and is the basis of major
industry. Tea is the chief cash crop.   J.M.B. 1980

2 Write a composition in Panjabi of not more than 300 words on
one of the following topics.

   (i)   ਇਕ ਹਵਾਈ ਸਫ਼ਰ
   (ii) ਖੇਤੀ ਬਾੜੀ
   (iii) ਕਾਮਨ ਵੈਲਥ ਦਾ ਭਵਿਖ
   (iv) ਲੋਕ-ਰਾਜ
   (v)   ਦੂਜਿਆਂ ਦੀ ਮਦਦ ਕਰਨਾ
   (vi) ਸ਼ਹਿਰ ਦਾ ਜੀਵਨ   J.M.B. 1980

Exercise 2

1 Translate into Panjabi :

   (a) A wider basis of shared experience than ever before is
       now available to many human beings if they live in
       modernizing societies. They are increasingly liberated
       from differences of climate by electricity, air-conditioning
       and medicine. All over the world millions of them live in
       cities with electric street-lighting and traffic signals,
       policemen on point duty, banks and bus-stops. In the
       shops there is a growing likelihood that the same goods
       will be available as in other countries. Men not under-
       standing one another's language can drive and service
       the same machines and derive the same or very similar
       advantages and disadvantages from their use. Everywhere
       in the world the motor-car has imposed in greater or

lesser degree the same demands on urban living and every-
where threatens it with the same level of intolerability.

J.M.B. 1981

(b) In the course of the nineteenth century, the ancient type
of subsistence farming which comprised the production
of almost every item of everyday use, gave way to a
new system of specialisation and exchange of goods over
the market. Economic development led to a growing
mutual dependence between agriculture proper and the
other industries. Tasks which up to then had fallen to
the farming sector, such as the preparation of dress
materials and other consumer goods or the processing of
farm produce, were taken on by the manufacturing sector
which in its turn began to provide more amply for the
farmer's needs. The increasing demand for industrial
goods in the rural areas gave new impulses to domestic
trade.

J.M.B. 1981

2 Write a composition in Panjabi of not more than 300 words
on *one* of the following topics :

(i) ਤੁਹਾਡਾ ਮਨ-ਪਸੰਦ ਟੀ. ਵੀ. ਪ੍ਰੋਗਰਾਮ ।

(ii) ਵਿਆਹ ।

(iii) ਜੇ ਤੁਸੀਂ ਅਮਨ ਚਾਹੁੰਦੇ ਹੋ ਤਾਂ ਜੰਗ ਵਾਸਤੇ ਤਿਆਰ ਰਹੋ ।

(iv) ਦਰਖ਼ਤਾਂ ਦੀ ਮਹੱਤਤਾ ।

(v) ਸਿਨਮਾ ।

(vi) ਛੁਟੀਆਂ ਦਾ ਆਖ਼ਰੀ ਦਿਨ ।

J.M.B. 1981

Exercise 3

1 Translate into Panjabi :

(a) When one thinks of the extraordinary commercial predomi-
nance of the maritime nations of Western Europe in the
eighteenth and nineteenth centuries, there is irony in the

fact that their earlier drive to trade with the Orient stemmed from a large sense of inferiority — their lack of precious metals and stones, silk and spices.

But the long voyages from Europe to India and China, did more than satisfy Europe's eager contemporary consumer demands. The journeys were distant and risky. They had to be financed long before the homecoming ships could reach port and make handsome profits. Loans, interest rates, insurance, partnerships and profit-sharing, these prerequisites of the later development of large scale industrial production were either invented or vastly enlarged by maritime world trade. J.M.B. 1982

(b) Western medicine is in the business of cure, not prevention. It has always been preoccupied with the individual in isolation from his environment. It has treated him like a complex piece of machinery, like a car. Wonderful ways have been invented of fiddling about with the working parts to get the vehicles on the road again.

But even today precious little thought is given to the general conditions that put the machine out of action in the first place, like the state of the roads, or quality of oil being used. It is a very expensive and ineffective way of improving the health of the community. It is bankrupting sick people or government treasuries at the same time as the incidence of the killer diseases is going on rising. J.M.B. 1982

2 Write a composition in Panjabi of not more than 300 words on *one* of the following topics :

(i) ਪਿੰਡ ਦਾ ਜੀਵਨ

(ii) ਰੇਲ ਗਡੀ ਦਾ ਸਫ਼ਰ

(iii) ਕਿਤਾਬਾਂ ਪੜ੍ਹਨੀਆਂ

(iv) ਪੇੜਾਂ

(v) ਸੱਚ ਦੀ ਸਦਾ ਜਿਤ

(vi) ਇਕੱਲਾ-ਪਣ

J.M.B. 1982

Exercise 4

I Translate into Panjabi.

(a) For centuries the western world has been comforted by the beliefs that material progress will never end. We take our cars, telephones and kitchen appliances as proof that living is far easier for us today than it was for our grandparents.

The Victorian scientists pictured the old Stone Age as a time of great fear and insecurity, when people spent their days ceaselessly searching for good and their nights huddled about fires in comfortless caves.

Only when the secret of how to plant crops was discovered, did our ancestors have enough leisure time to settle down in villages and build comfortable dwellings. Only then could they store surplus food and have time to think and experiment with new ideas. This, in turn, led to the invention of writing and the flowering of art and science.

J.M.B. 1983

(b) The history of India is full of repetitive invasions through the Himalayan passes. The timing of these invasions was fixed with great care. The invader got his forces together just before autumn, crossed the passes before snowfall and swept down onto the Indian plains in early winter when the skies were blue and the air fragrant with the smell of mustard.

Most of the battles between the invaders and the Indians

were fought in the Panjab and if the invaders were victorious, which they often were, they spent the winter months looting the cities. Before the summer's heat came, they carried away the harvested winter crops, retraced their steps and disappeared into the mountain passes through which they had come.   J.M.B. 1983

2 Write a composition in Panjabi of not more than 300 words on *one* of the following topics.

(i)   ਚਿੰਤਾ
(ii) ਪ੍ਰਦੇਸ ਦਾ ਵਾਸਾ
(iii) ਧਾਰਮਿਕ ਅਸਥਾਨ ਦੀ ਯਾਤਰਾ
(iv) ਕਾਮਨਵੈਲਥ ਦਾ ਭਵਿਖ
(v)   ਅਖ਼ਬਾਰਾਂ   J.M.B. 1983

Exercise 5

1 Translate into Panjabi.

(a) The Panjab has borne the brunt and the first impact of almost all the major invasions by foreign powers. The result has been that the people of Panjab have developed an unusual capacity for adjustment to change. This makes them one of the least rooted communities in India, mentally, culturally and physically. Traces of Muslim culture are stronger in the Panjab than else-where in India and can be found both among the Hindus and the Sikhs. Again, it is the Panjabi today, who aspires, more than any other Indian, to adopt the western culture and way of life. Every village here bears wit-ness to it. This is true even though the British advanced into the country from the south and the east and Panjab was the last area to be annexed.   J.M.B. 1984

(b) Coventry has been described as a place with a lot of noise, litter and vandalism. Quite a number of its residents move away from the city when they retire. They choose somewhere quieter. Those who stay put have the benefit of being among the people they know. Coventry's population is lively, confident and youngish. Its workers have had trade recessions to contend with but it has not caused them to lose any of their assurance. It has become a joke in Coventry, that as a result of people coming into it for work, there are hardly any Coventry-born people there. It has been like a kindly mother to a lot of people migrating from areas of acute depression in providing them with work and homes. Many have also arrived from overseas to better their lot.

J.M.B. 1984

2 Write a composition in Panjabi of not more than 300 words on *one* of the following topics :

   (i)   ਬਾਗ਼ਬਾਨੀ
   (ii) ਸਰਦੀ ਦਾ ਮੌਸਮ
   (iii) ਆਂਢ ਗਵਾਂਢ
   (iv) ਇਕ ਅਭੁਲ ਯਾਦ
   (v)   ਲੋਕ ਰਾਜ
   (vi) ਲੋਕ ਸੇਵਾ

J.M.B. 1984

Exercise 6

1 Translate into Panjabi :

   (a) Unlike many farmers elsewhere, the Indian farmer is largely unacquainted with modern agricultural methods and implements. His attachment to traditional techniques and the shortage of water in most parts of India combine to make him one of the poorest farmers in the world.

83

Non-irrigated land is at the mercy of the monsoon, which fails to deliver rain on average two years out of every five. Where irrigation is available, the farmer cannot make use of it without making a considerable investment in equipment, an outlay beyond his means.

In some villages, efforts to promote cottage industries such as hand weaving, spinning or the making of toys have been highly successful. They give farmers a source of income. But many villages still lack knowledge of such opportunities to earn money.   J.M.B. 1985

(b) From the late eighteenth century onwards Britain was faced with the problems of feeding a rapidly growing population. In order to do this, she was forced to import ever increasing amounts of food. These food stuffs were paid for by exporting manufactured goods to the countries in the vast overseas empire.

By the end of the nineteenth century, Britain was conducting more than one third of the world trade in manufactured goods, yet she had a little more than two per cent of the world's population. Since that time Britain's share of world trade has declined enormously, largely on account of competition from other countries. But in spite of this, she remains one of the leading nations of the world.   J.M.B. 1985

2 Write a composition in Panjabi of not more than 300 words on *one* of the following topics :

(i)   ਪੁਸਤਕਾਂ ਪੜ੍ਹਨੀਆਂ
(ii) ਵਿਦੇਸ਼ ਯਾਤਰਾ
(iii) ਖੇਤੀ ਬਾੜੀ
(iv) ਕਾਮਨ ਵੈਲਥ ਦਾ ਭਵਿੱਖ
(v)   ਬੇ-ਰੁਜ਼ਗਾਰੀ   J.M.B 1985

84

Exercise 7

1   Translate *both* the following passages into Panjabi:

(a)   *A Strange House*

While leading me upstairs she told me to hide the light
and not to make a noise; for her master would never let
anybody spend the night there if he could prevent it. I
asked the reason. She did not know, she answered; she
had only been living there a year or two; and so many
strange things had happened since her arrival that it was
all the same to her now.

When the old woman had left me I shut the door
quietly and put a chair against it so that it could not be
opened. I then looked around me. It was a large room
with very little furniture in it. A bed stood in one corner
not far from the window. Apart from the chair in front
of the door there were two other small ones. In the middle
of the room stood a big round table. That was all, apart
from some old books lying on the table. I took one in my
hand and opened it. To my great astonishment I saw on
the first page my own name. I must have written it at
least twenty years ago. How had the book got here ?

Hindi London June 1982

(b)   *John and the Children*

'You must see the children,' said Mrs. Smith, who was
very proud of her three small daughters. 'They should
have been in bed long ago, but whenever you visit us
they are allowed to stay up for a while in the bedroom.
They would like very much to hear one of your fairy
stories.' John smiled sadly and nodded his head, for he
never went away without telling the children a story.
Really he did not like children at all, especially these,
but once he had had to tell them a story in order to
entertain them for half an hour when their parents were

85

not there and of course they had never forgotten it. He now always had to pretend to like telling fairy stories, so instead of saying that he didn't know any more he went slowly upstairs. 'Well children,' he was saying a few minutes later, 'Long ago there was a little girl called Little Red Riding Hood. Do you know why? Listen attentively...'   Hindi London June 1982

2 Write an essay in Panjabi on *one* of the following topics :
   i)   Living in England
   ii) Sports
   iii) Swimming
   iv) Your hobby
   v)   English food.
   vi) Indian Cinema

Exercise 8

Translate *both* the following passages into Panjabi.

(a) One Thursday morning, I was going through my clothes and found that not only were two pairs of socks missing, but also a further pair were absolutely in holes. I was certain that they were not like that when I had worn them last, hence it was obvious that someone else had been wearing them. I called my servant who said that he knew nothing about the matter. Such an answer, of course did not satisfy me a bit, and I told him pretty sharply that it was his duty to know where my things were, as he was in charge of them. He then said that the two missing pairs were with the dhobi. Unfortunately for him, at that very moment the dhobi himself came along, bringing a bundle of washing. I immediately asked him if he had my two pairs of coloured socks. 'No, sahib,' he replied. 'I have not washed any coloured socks for you

86

for over a month. Your servant told me that those were always washed in the bungalow.'

That evening I found the socks in the almirah. My servants departed the following morning, and the dhobi died during the night.   Hindi, London, June 1981

(b) Sometimes I curse this television and wonder why I even bought it. I say to myself that it would be a good thing if it broke down, because then my children might study in the evenings. But here everyone keeps a televison—what would my children say if we did not also keep one ? We have a problem here because children cannot help doing as they see others do. English people are in the majority here and so our children are bound to copy their ways. We cannot force them to conform to our ways. Now my children go to school; how can I tell what habits they are learning there or what they are being taught ? If my daughters want to go to dances and meet English boys when they grow older, how will we be able to stop them ? Suppose Asha were to get mixed up with a boy here, we could do nothing unless we were to rush her off to India and get her married immediately over there. In fact, if my wife were to come to me and say, 'Asha likes such–and–such a boy,' it would by then already be too late for me to do anything. In India, if a girl were to get involved with some boy there would be such a to-do that she would hardly dare tell her mother in the first place.

                    Hindi, London, June 1981

2 Write a composition in Panjabi of not more than 300 words on one of the following topics:

i) ਰੇਲ ਗੱਡੀ ਦਾ ਸਫ਼ਰ ।

ii) ਪੰਜਾਬੀ ਖਾਣਾ

iii) ਪੰਚਾਇਤੀ ਰਾਜ

iv) ਪਿੰਡ ਦਾ ਜੀਵਨ

v) ਸ੍ਰੀ ਗੁਰੂ ਨਾਨਕ ਦੇਵ ਜੀ

vi) ਪੰਜਾਬ ਦੀਆਂ ਖੇਡਾਂ

Exercise 9

1 Translate *both* the following passages into Panjabi :

(a) My great–grandfather was a manager in a commercial firm on a pittance of Rs. 10 per month. When he died, my grandfather, at the age of eighteen, decided to start his own business and so went to Bombay to seek his fortune. Subsequently my father expanded the business and when I was born we were considered to be quite a well–to–do family with an established business stretching back nearly 35 years. Thus when I concluded my so–called schooling I was directed to join the family business and, at the age of twelve, I took a plunge into it. But I was fond of learning, and continued my education even after leaving school. Somehow or other I hated to be taught by a teacher, so after I left school my books, the newspapers, a dictionary and a copy–book became my main tutors. It was in this way that I learnt English, Sanskrit and one or two other Indian languages, as well as History and Economics; and I also read quite a large number of biographies and chronicles of travels, of which I am still fond. Perhaps my reading may have inspired me to work for the freedom of the country and to make contact with the leaders of the day; but we had no political background in the family or in the community in which I was born. My interest in politics, therefore, was not looked upon with great favour by those around me.

Hindi, London, June 1985

(b) If Rameshvar had not come in then, I don't know what

88

I would have done. As soon as I saw him I ran up to him and told him the whole story. At first he seemed angry, but when he realized that whatever had been done that morning had been done for his own sake, he quietened down and began to ask after the rest of the family. I told him that there were several people waiting to see him, and that domestic matters would have to wait. He accepted this, and with the air of a man who is accustomed to being surrounded by fools he agreed to hear what the visitors had to say. The first man who came in was a shop-keeper from the outskirts of the town; he was trying to get a licence to sell alcohol, and he thought Rameshvar might support his application. On any other day he would probably have got what he wanted, but in today's circumstances Rameshwar was in no mood for such suggestions, and the man was sent on his way without even a word of encouragement, let alone any practical help or advice. The rest of the people had similar requests for help, and were all dealt with in a similar way.

Hindi London June 1985

2 Write an essay on *one* of the following subjects ;

  i)   Panjabi Family System
  ii) The Leader you like most.
  iii) Journalism
  iv) Why Learn Panjabi
  v)   Baisakhi

Exercise 10

1   Translate *both* the following passages into Panjabi:

(a) My father–in–law liked Delhi. He had come fresh from the village like I had, and everything was novel to him. He would go out and stroll about when he pleased. He could not talk to people much or make friends outside the home because he could only talk our local dialect and in Delhi the main language is Hindi, but he was quite contented. I don't regret our decision not to bring him over here with us. He would never have been happy here. For one thing, he would have felt the cold acutely. He would have nothing to do all day and no one to keep him company while we were at work. We would have had to say to him each morning. 'There, old man, you just stay sitting there until we come back to-night.' What would he have thought of such a life after the way he lived with us in Delhi ? Old people need such special care and I think it is cruel to drag them here if you are not going to be able to give it to them.

Hindi London June 1983

(b) I am not saying that I am better than anyone else in this respect. I myself cannot find time to visit people as much as I should. If I hear that someone is ill, even if it is only Monday when the news arrives, I have to say, 'I had better leave it until Sunday to visit them if I am to go at all'. People who arrive from our village or people that we know here are always giving us their addresses, telling us, 'Come over and see us when you can.' They complain loudly if we don't go, but the weekend is so short. I don't finish work until 12.30 on Saturday. Only last week someone invited us to a *path* held to celebrate the birth of their son. It was to last three days and every day we kept on saying, 'Tomorrow we will go,' but in the end we never found time. In India we would go as a matter of duty, just like that. People are too busy making money for themselves over here to find time to love each other. If you are after money then this country is a fine place, but if you are looking for affection, then there is much more of it to be found in India.

Hindi London June 1983

2 Write a composition in Panjabi of not more than 300 words on *one* of the following topics.

(i) ਪੰਜਾਬੀ ਫ਼ਿਲਮਾਂ ।

(ii) ਤੁਸੀ 'ਏ' ਲੈਵਲ ਪਾਸ ਕਰਕੇ ਕੀ ਕਰਨਾ ਚਾਹੁੰਦੇ ਹੋ ?

(iii) ਸਿਨਮਾ ਵੇਖਣ ਦੇ ਹਾਣ ਲਾਭ

(iv) ਤੁਹਾਡਾ ਸੈਕੰਡਰੀ ਸਕੂਲ ਵਿਚ. ਪਹਿਲਾ ਦਿਨ ।

Exercise 11

1 Translate *both* the following passages into Panjabi ;

(a) As usual, the train was very crowded and it was difficult to find a seat. Those who had the good fortune to arrive early had made themselves comfortable and were sleeping peacefully; we soon found that there was no point in asking these people to make a little room, for such a suggestion had no effect. Even the space near the doors was filled with people and children, some of whom were standing and some of whom were sitting on the floor or on piles of luggage. It was so difficult to get in through the doors of our own compartment that we had to go to the rear part of the train, where there were rather less people. If there had not been iron bars on the windows I'm sure some passengers would have tried to get in through there too ! Anyway, finally the whistle blew and the train set off; and then I saw that very people who had been fighting for a place a few minutes earlier, now began to talk and joke with each other as though they were old friends. The old man who was sitting next to us was a farmer from a nearby village. Although he seemed quite old, he enjoyed the journey very much; by the time we reached the next station, he had told me the story of his life.

Hindi, London, June 1894

(b) I recognised her as soon as I came into the room. She was wearing the same sari that I had seen several months earlier when I had first come to work in the newspaper office; and just as before, she took no notice of me at all today. But although her clothes and her manner had not changed, my feeling of embarrassment in being with her there was quite new, and I felt very hesitant about saying anything to her. Closing the door, she went over to a cupboard near the window and began to look for something; she didn't look in my direction, and I began to think that perhaps she had not even seen that I was sitting there. After a minute or so I realised that if there was any difference betwen today and that day in June, then the change had taken place in me and not in her. Finally I stood up and asked her how she was. My own words sounded strange to me, as though they were not coming from my mouth at all but from some machine which I had set working. She dropped the book which was in her hand, glanced quickly at me and ran from the room. I tried to follow her, but by the time I had got to the stairs she had disappeared.

Hindi, London, June 1984

2 Write a Composition in Panjabi of not more than 300 words on *one* of the following topics.

(i) ਤੁਹਾਡੀ ਮਨ-ਪਸੰਦ ਫ਼ਿਲਮ

(ii) ਪੰਜ਼ਾਬੀ ਡਾਂਸ

(iii) ਟੈਲੀਵੀਜ਼ਨ ਦੇਖਣ ਦੇ ਲਾਭ ਅਤੇ ਹਾਣ

(iv) ਪੰਜਾਬੀਆਂ ਦੀ ਇੰਗਲੈਂਡ ਨੂੰ ਦੇਣ

Exercise 12

1 Translate into Panjabi :

(a) Special concessions for the disabled have increased in recent years in many fields. One of the most valued is the orange pass that enables motorists to ignore parking restrictions when carrying a disabled passenger the privilege is a real boon to those who can move only the few yards from a kerb to a shop and who were previously denied the pleasure of shopping for themselves. But as with all privileges there are always those who abuse the system. We are finding that some people are using the passes when they are not entitled to. What seems to be happening on occasions is that an able-bodied person who often carries a disabled passenger keeps the pass on the Car window. When he wants to park on double yellow lines or in a non-parking area, but does not have the disabled person with him, he succumbs to the temptation and parks any way.

(b) This surprised me. I had not expected Kuldip to remember my request. She even took me with her to explore the city of Birmingham. We roamed about in the city centre and went to many shops. All the shops were tastefully decorated and were attracting customers in large numbers. After about an hour we were nearly exhausted and Kuldip asked me if I liked to go to a restaurant to eat something. Though I was feeling hungry and wanted to eat yet I refused and said that I had a heavy breakfast. But Kuldip knew that I was pretending and forced me to go to the nearby Grand Hotel. We had a lovely meal there. We visited several other places such as Bull Ring Shopping Centre, the market, and the office of the Assistant High Commissioner of India. Then she took me to some of the parks. She invited me to admire the

84

93

beauty of these parks. I pretended to do so. But they
were terribly ugly. They had no flowers or grass like our
parks in Coventry.

2 Write a composition in Panjabi of not more than 300 words
on *one* of the following topics.

(i)   ਸ੍ਰੀ ਗੁਰੂ ਗੋਬਿੰਦ ਸਿੰਘ

(ii) ਮਹਾਤਮਾ ਗਾਂਧੀ

(iii) ਪੰਜਾਬ ਵਿਚ ਹਰਾ ਇਨਕਲਾਬ

(iv) ਸੰਸਾਰ ਅਮਨ

(v)   ਯੂ. ਐਨ. ਓ.

Exercise 13

1 Translate into Panjabi :

(a) World peace has probably become the most commonly
used term of the twentieth century. Every day we have
conferences, meetings and treaties in this connection.
Common though the term has become it is greatly
misunderstood. The term peace is not understood in its
proper perspective. It is too often linked with absence
of war or violence in any form. But this stands for
peace only in a limited sense. Peace in its true form
refers to physical as well as mental peace. Of course
absence of violence is a pre–requisite to mental peace.
But it is only one of the rungs of the ladder leading to
peace. Peace in modern times is nothing short of a
mirage. The moment you get the feeling that your quest
for peace has ended you sadly discover that you are

once more where you began. Mankind as a whole sets out on a search for something which is within himself and is waiting to be tapped. Peace does not lie outside us, peace does not lie in restraining others from violencc, but peace is within us, peace lies in self-control and self-restraint.

(b) The partnership of man and dog has lasted centuries. Apart from the great friendship which has grown up between them, the main reason for this is the usefulness of the dog.

Dogs work for man in many different ways and, because the jobs vary, the dogs should not be compared. A dog guarding sheep in cold mountain pastures needs strength and stamina, whereas a dog which drives sheep from place to place needs speed and quick wits. Both do their own jobs very well, but neither would be capable of doing the other job.

One of the finest examples of the working dog is the Police dog whose job includes many different tasks. An exciting chase after a fleeing criminal is rare, but a tracker dog will often lead police to suspect. It will find important clues which may lead to the capture of a criminal. Many missing people are also found by the dogs each year.

Dogs play a very valuable part in the community. Dogs are very important, providing life-long friendship to their caring owners. Exercising a dog keeps the owner fit and out of doors and provides an opportunity especially for pensioners to meet other people and make social contacts.

2 Write a composition in Panjabi of not more than 300 words on one of the following topics:

1 ਪੰਜਾਬੀ ਰਸਮ ਰਿਵਾਜ

2 ਲੰਡਨ ਸ਼ਹਿਰ

3 ਪੰਜਾਬ ਵਿੱਚ ਖੇਤੀ ਬਾੜੀ

4 ਇੰਗਲੈਂਡ ਵਿੱਚ ਕਿਸੇ ਧਾਰਮਿਕ ਅਸਥਾਨ ਦੀ ਯਾਤਰਾ

5 ਇੰਗਲੈਂਡ ਵਿੱਚ ਲੋਕ-ਰਾਜ

Exercise 14

1 Translate the following passages into Panjabi.

(a) We have been living in this house for seven years. In a few days we are going to leave it, having bought another house a hundred miles away. I have always liked this house. We had it built. It is comfortable, and has plenty of windows; it is well heated in the winter. Being of modern construction, it is very well decorated, especially in the kitchen.

I have just come up into my study room. I sit at my desk and look out of the window overlooking the garden. I can see the rose bushes and the trees I planted five or six years ago, the lawns I have mown dozens of times. In seven years a lot of things have happened. Of course, our family has greatly changed. When we came here our daughter still lived with us; now she is married and has two children.

JMB 1987

(b) When he was a little boy in the country he used to go for a walk with his father every Sunday afternoon. Sometimes they used to walk so far that they would find themselves way up in the hills. Although tired from so much walking and hardly able to talk, they were happy. They would stand there, letting the cold wind blow on them and looking at the long shadows of evening fall around them. On the way back, his father would stop at Mrs Gill's big white house at the bottom of the hill to say good evening. She was very rich and kindhearted. Then he would go with his father and look at Mrs Gill's peacocks. There were a lot of them.

JMB 1987

2 Write a composition in Panjabi of approximately 300 words on one of the following topics.

(a) ਅਖਬਾਰਾਂ ਪੜ੍ਹਨ ਦੇ ਲਾਭ

(b) ਇਸਤਰੀ ਦਾ ਸਮਾਜ ਵਿੱਚ ਅਸਥਾਨ

(c) ਅੱਖੀਂ ਡਿੱਠਾ ਮੈਚ

(d) ਤੁਹਾਡਾ ਮਨ ਭਾਉਂਦਾ ਪੰਜਾਬੀ ਲਿਖਾਰੀ

(e) ਮਿੱਤਰਤਾ

(f) ਅੱਜ ਦੇ ਯੁੱਗ ਵਿੱਚ ਕੰਪਿਊਟਰ ਦੀ ਮਹੱਤਤਾ

JMB 1987

Exercise 15

1 Translate the following passages into Panjabi.

(a) Harjit was miles away during the road safety lesson that day. He was thinking about the football match immediately after school.
 As soon as school was over, he ran home to get changed. Seeing a lorry passing, he could not resist the chance of a lift, so he ran and hung on to the back. The lorry picked up speed and was soon past Harjit's house but he dared not let go because it was going too fast. He was frightened now, but as the vehicle slowed down a little he dropped to the road. As he fell he pitched his face into a pool of dirty water. His face, hands and knees were bruised and bleeding; his clothes were torn and soaked by the dirty water.

JMB 1988

(b) Multi-racial groups living and working together is nothing new. However, the scale in which people have moved around and settled in different parts of the globe is something peculiar to our modern world.
 Some people leave their own countries because they believe there are better chances of doing well in another. This is why so many Britons have gone to live in Australia or Canada and many people from the Indian sub-continent have migrated to Britain. Others have been persecuted or threatend in their own countries and feel freer elsewhere.
 Many immigrants to Britain have tried to maintain their own ways of life although they now live here. As a result we have cinemas as in the West-Midlands which show only Indian or Pakistani films.

JMB 1988

2 Write a composition in Panjabi of approximately 300 words on one of the following topics.
 (a) ਨਸ਼ਿਆਂ ਦੀ ਵਰਤੋਂ
 (b) ਕਿਸੇ ਇਤਿਹਾਸਕ ਅਸਥਾਨ ਦੀ ਯਾਤਰਾ
 (c) ਦੀਵਾਲੀ
 (d) ਮੇਰੇ ਜੀਵਨ ਦਾ ਉਦੇਸ਼
 (e) ਮਾਪਿਆਂ ਦੀ ਸੇਵਾ

JMB 1988

Exercise 16

1 Translate the following passages into Panjabi.

(a) I found my grandparents a strange couple. Mr grandmother was a tall and slim woman with white hair, who spoke little. When she addressed my grandfather it was in a sharp, hard voice. He replied in a quiet, rather dry tone. He was short and fat. He had a grey beard and very small eyes, and always wore a cap, even indoors. I noticed, however, that whereas my grandmother rarely went out or talked with neighbours, my grandfather loved other people's company. In the evening he would lean on the wall by the road and gossip with all sorts of people who came by. I know now that he was a lovable, intelligent man.

J.M.B. 1990

(b) Jasbir was anxious to know who the boy was that her father has brought to the house. She searched for an excuse to go and see him. 'I'll say I have left some books up there', she said to herself. Accordingly she climbed the narrow stairs and knocked at the bedroom door. There was a moment's silence, then a boy's voice said, 'Come in.' She quietly opened the door and said, 'Please excuse me.' But she said no more; she stood speechless, scarcely able to believe her eyes, for the boy before her was Paramjit whom she had seen in the court a few days before, accused of stealing from a shop.

J.M.B. 1990

2 Write a composition of approximately 300 words in Panjabi on one of the following topics.

(a) ਗਰੀਬੀ ਇੱਕ ਲਾਹਣਤ ਹੈ ।
(b) ਪੰਜਾਬੀਆਂ ਦੀ ਇੰਗਲੈਂਡ ਨੂੰ ਦੇਣ
(c) ਅੰਤਰ ਰਾਸ਼ਟਰੀ ਖੇਡਾਂ
(d) ਸ਼ਹੀਦ ਭਗਤ ਸਿੰਘ
(e) ਕੰਮਪਿਊਟਰ ਦੀ ਪੜ੍ਹਾਈ ਵਿੱਚ ਵਰਤੋਂ
(d) ਬਰਤਾਨੀਆਂ ਦੇ ਆਰਥਿਕ ਤੇ ਸਮਾਜਿਕ ਜੀਵਨ ਤੇ ਚੈਨਲ ਟਨਲ ਦੇ ਹੋਣ ਵਾਲੇ ਅਸਰ

J.M.B. 1990

Chapter 4

Exercise 1

Translate into English the following passages,

(a) ਮੇਰੀ ਛੋਟੀ ਭੈਣ ਦੀ ਇਕ ਜਮਾਤੀ ਕੁੜੀ ਉਸ ਦੀ ਬੜੀ ਪਕੀ ਸਹੇਲੀ ਸੀ । ਉਹ ਰੋਜ਼ਾਨਾ ਸਕੂਲ ਜਾਣ ਸਮੇਂ ਮੇਰੀ ਭੈਣ ਨੂੰ ਘਰੋਂ ਬੁਲਾਣ ਆਇਆ ਕਰਦੀ ਸੀ । ਕਦੀ-ਕਦੀ ਸਕੂਲੋਂ ਵਾਪਸੀ ਤੇ ਵੀ ਉਹ ਇਕੱਠੀਆਂ ਹੀ ਘਰ ਆਉਂਦੀਆਂ ਸਨ ।

ਕਈ ਵਾਰ ਉਸ ਕੁੜੀ ਦਾ ਤੇ ਮੇਰਾ ਸਾਹਮਣਾ ਹੋਇਆ । ਮੇਰਾ ਵਿਸ਼ਵਾਸ ਸੀ ਕਿ ਉਹ ਸਕੂਲ ਦੀ ਸਭ ਤੋਂ ਖ਼ੂਬਸੂਰਤ ਕੁੜੀ ਹੋਵੇਗੀ ਤੇ ਸਭ ਤੋਂ ਵਧੇਰੇ ਸ਼ੋਖ ਤੇ ਸ਼ਰਾਰਤੀ । ਮੇਰੀ ਉਸ ਵਿਚ ਦਿਲਚਸਪੀ ਦਿਨੋ-ਦਿਨ ਵਧਦੀ ਜਾ ਰਹੀ ਸੀ, ਕਿਉਂਕਿ ਮੈਂ ਵੀ ਜਵਾਨ ਸੀ ਤੇ ਆਪਣੇ ਜਵਾਨ ਸਰੀਰ ਵਿਚ ਜਵਾਨ ਦਿਲ ਰਖਦਾ ਸਾਂ ।

ਉਹ ਰੋਜ਼ਾਨਾ ਸਾਡੇ ਘਰ ਮੇਰੀ ਭੈਣ ਨੂੰ ਲੈਣ ਆਉਂਦੀ ਤੇ ਮੈਂ ਰੋਜ਼ਾਨਾ ਉਸ ਦੀ ਉਡੀਕ ਕਰਦਾ ਰਹਿੰਦਾ, ਪਰ ਉਸ ਨਾਲ ਕਦੀ ਗੱਲ ਕਰਨ ਦਾ ਮੌਕਾ ਨਹੀਂ ਸੀ ਮਿਲਿਆ ਤੇ ਨਾ ਹੀ ਮੇਰੇ ਵਿਚ ਇਤਨੀ ਹਿੰਮਤ ਸੀ ਕਿ ਮੈਂ ਬਿਨਾ ਮਤਲਬ ਉਸ ਨਾਲ ਗੱਲ ਬਾਤ ਕਰਦਾ । **J.M.B. 1980**

(b) ਉਦੋਂ ਮੈਂ ਦਿੱਲੀ ਕਾਲਜ ਦਾ ਵਿਦਿਆਰਥੀ ਸਾਂ । ਗਰਮੀ ਦੀਆਂ ਛੁਟੀਆਂ ਵਿਚ ਦਿਲੀਉਂ ਅੰਬਾਲੇ ਜਾਣਾ ਸੀ । ਅੱਗੇ ਸਦਾ ਮੈਂ ਥਰਡ ਕਲਾਸ ਵਿਚ ਸਫ਼ਰ ਕਰਦਾ ਸਾਂ, ਪਰ ਉਸ ਦਿਨ ਖੀਸਾ ਭਾਰੀ ਸੀ, ਤੇ ਮਨ ਵਿਚ ਮੌਜ ਆ ਗਈ, ਤਾਂ ਮੈਂ ਸੈਕੰਡ ਕਲਾਸ ਦਾ ਟਿਕਟ ਲੈ ਕੇ ਗਡੀ ਜਾ ਚੜ੍ਹਿਆ । ਕਮਰਾ ਬਿਲਕੁਲ ਖਾਲੀ ਸੀ, ਸੋ ਮੈਂ ਇਕ ਨਾਵਲ ਕਢਿਆ ਤੇ ਲੇਟ ਕੇ ਪੜ੍ਹਨ ਲੱਗ ਪਿਆ ।

ਗਡੀ ਤੁਰਨ ਤੋਂ ਕੁਝ ਮਿੰਟ ਹੀ ਪਹਿਲਾਂ ਉਸ ਕਮਰੇ ਵਿਚ ਇਕ ਛੋਟਾ ਜਿਹਾ ਬੈਗ ਫੜੀ ਇੱਕ ਨੌਜਵਾਨ ਕੁੜੀ ਦਾਖ਼ਲ ਹੋਈ। ਮੈਨੂੰ ਵੇਖ ਕੇ ਕਹਿਣ ਲੱਗੀ, "ਕਿਉਂ ਜੀ। ਮੈਂ ਇਥੇ ਬੈਠ ਸਕਦੀ ਹਾਂ ?" ਮੈਂ ਕਿਹਾ, "ਕਿਉਂ ਨਹੀਂ ਜੀ। ਜ਼ਰੂਰ ਬੈਠੋ :" ਇਹ ਕਹਿੰਦਿਆਂ ਹੋਇਆਂ ਮੈਂ ਉਠ ਕੇ ਬੈਠ ਗਿਆ।

ਉਹ ਮੇਰੇ ਨੇੜੇ ਬੈਠਦਿਆਂ ਹੋਇਆਂ ਬੋਲੀ—"ਤੁਸੀਂ ਕਿਥੇ ਜਾ ਰਹੇ ਹੋ ?"

"ਮੈਂ ਕਿਹਾ—"ਅੰਬਾਲੇ।" "ਤਾਂ ਸਾਡਾ ਸਫ਼ਰ ਵਾਹਵਾ ਸੋਹਣਾ ਗੁਜ਼ਰੇਗਾ", ਉਸ ਨੇ ਮੁਸਕਰਾ ਕੇ ਕਿਹਾ। **J.M.B. 1980**

Exercise 2

Translate into English the following passages :

ਅਮਰੀਕ ਦੇ ਚਾਰ ਭੈਣ ਭਰਾ ਸਨ ਤੇ ਇਹ ਸਭ ਤੋਂ ਛੋਟਾ ਸੀ। ਉਸ ਦਾ ਪਿਤਾ ਇਸ ਨੂੰ ਹਰ ਵੇਲੇ ਝਿੜਕਦਾ ਹੀ ਰਹਿੰਦਾ ਸੀ। ਉਹ ਅਮਰੀਕ ਨੂੰ ਪਸੰਦ ਨਹੀਂ ਸੀ ਕਰਦਾ, ਕਿਉਂਕਿ ਅਮਰੀਕ ਸਕੂਲ ਜਾ ਕੇ ਆਪਣੇ ਘਰ ਦੀ ਸਾਰੀ ਰਿਪੋਰਟ ਸਕੂਲ-ਟੀਚਰ ਨੂੰ ਦੇ ਦਿੰਦਾ ਸੀ। ਅਮਰੀਕ ਨੂੰ ਝੂਠ ਬੋਲਣਾ ਨਹੀਂ ਸੀ ਆਉਂਦਾ। ਉਸ ਦੇ ਸੱਚ ਬੋਲਣ ਦੀ ਆਦਤ ਨੇ ਉਸ ਨੂੰ ਪਿਤਾ-ਪਿਆਰ ਤੋਂ ਵਾਂਝਾ ਕਰ ਦਿੱਤਾ।

ਅਮਰੀਕ ਸਕੂਲ ਕਦੀ ਵੀ ਲੋੜੀਂਦਾ ਨਾਸ਼ਤਾ ਨਹੀਂ ਸੀ ਕਰਕੇ ਆਇਆ। ਕਦੀ ਬਿਸਕੁਟ ਖਾ ਕੇ, ਕਦੇ ਰਾਤ ਦੀ ਬਚੀ ਹੋਈ ਰੋਟੀ ਖਾ ਕੇ ਤੇ ਕਦੇ ਖਾਲੀ ਚਾਹ ਦੀ ਪਿਆਲੀ ਪੀ ਕੇ ਆ ਜਾਂਦਾ ਸੀ। ਕਦੀ ਵੀ ਹਫ਼ਤੇ ਤੋਂ ਪਹਿਲਾਂ ਉਸ ਨੇ ਕਛੀ ਤੇ ਬਨਿਆਨ ਨਹੀਂ ਸੀ ਬਦਲੀ। ਪੀਟੀ ਕਰਾਉਣ ਵੇਲੇ ਜਦੋਂ ਉਸ ਦੀ ਟੀਚਰ ਕਪੜੇ ਉਤਾਰਦੀ ਤਾਂ ਅਮਰੀਕ ਨੂੰ ਬੜੀ ਸ਼ਰਮ ਆਉਂਦੀ।

ਉਸ ਦੀ ਟੀਚਰ ਦਾ ਨਾਂ ਮਿਸਿਜ਼ ਬਰਾਊਨ ਸੀ। ਉਹ ਇਸ ਨੂੰ ਬੜਾ ਪਿਆਰ ਕਰਦੀ ਸੀ। ਪਿਆਰ ਦੇ ਦੋ ਕਾਰਨ ਸਨ। ਇਕ ਤੇ ਇਹ ਸੀ ਕਿ ਉਹ ਆਪ ਬੜੀ ਧਾਰਮਕ ਖਿਆਲਾਂ ਵਾਲੀ ਸੀ, ਦੂਜੀ ਗੱਲ ਇਹ ਸੀ ਕਿ ਉਹ ਸਮਝਦੀ ਸੀ ਕਿ, ਮਾਂ ਪਿਉ ਦੀਆਂ ਅਣਗਹਿਲੀਆਂ ਦੀ ਸਜ਼ਾ ਅਮਰੀਕ ਨੂੰ ਨਹੀਂ ਮਿਲਣੀ ਚਾਹੀਦੀ। ਸੋ ਮਿਸਿਜ਼ ਬਰਾਊਨ ਉਸ ਤੇ ਤਰਸ ਖਾਂਦੀ ਸੀ। ਹੌਲੀ ਹੌਲੀ ਤਰਸ, ਪਿਆਰ ਦਾ ਰੂਪ ਬਣ ਗਿਆ।

ਰੱਬ ਦੀ ਕਰਨੀ ਕੀ ਹੋਈ ਕਿ ਮਿਸਿਜ਼ ਬਰਾਊਨ ਨੂੰ ਕੈਂਸਰ ਹੋ ਗਿਆ। ਡਾਕਟਰਾਂ ਨੇ ਬਥੇਰੀ ਵਾਹ ਲਾਈ ਪਰ ਉਸ ਨੂੰ ਬਚਾਅ ਨਾ ਸਕੇ। ਉਸ ਦੀ ਮੌਤ ਦੀ ਖ਼ਬਰ ਸੁਣ ਕੇ ਕੋਈ ਪਥਰ ਦਿਲ ਹੀ ਹੋਵੇਗਾ ਜਿਹੜਾ ਰੋਇਆ ਨਾ ਹੋਵੇ। ਅਮਰੀਕ ਲਈ ਤਾਂ ਸਮਝੋ ਉਸ ਦੀ ਅਸਲੀ ਮਾਂ ਤੋਂ ਵਧ ਪਿਆਰੀ ਮਾਂ, ਇਸ ਜਹਾਨ ਤੋਂ ਕੂਚ ਕਰ ਗਈ ਸੀ।

J.M.B. 1981

Exercise 3

Translate into English the following passages :

(a) ਤਾਰਾ ਇਕ ਸਾਧਾਰਨ ਜਹੀ ਸ਼ਰਮਾਕਲ, ਸੁਚੱਜੀ ਤੇ ਸੁਸ਼ੀਲ ਕੁੜੀ ਸੀ। ਬੜੇ ਹੀ ਠਰੰਮ੍ਹੇ ਤੇ ਮਿਠੇ ਸੁਭਾ ਵਾਲੀ। ਉਹ ਜਲੰਧਰ ਦੇ ਇਕ ਕਾਲਜ ਵਿਚ ਹਿੰਦੀ ਦੀ ਪ੍ਰੋਫ਼ੈਸਰ ਲਗੀ ਹੋਈ ਸੀ। ਉਸ ਨੇ ਕਾਲਜ ਨੂੰ ਹੀ ਘਰ ਬਣਾ ਲਿਆ ਹੋਇਆ ਸੀ। ਹੋਸਟਲ ਦੀ ਵਾਰਡਨ ਹੋਣ ਕਰਕੇ ਚਵ੍ਹੀ ਘੰਟੇ ਕਾਲਜ ਦੀ ਚਾਰ ਦੀਵਾਰੀ ਵਿਚ ਗੁਜ਼ਾਰਦੀ ਸੀ। ਮਾਪੇ ਉਸ ਦੇ ਦਿੱਲੀ ਰਹਿੰਦੇ ਸਨ।

ਤਾਰਾ ਨੂੰ ਆਪਣੇ ਨਾਲ ਨਫ਼ਰਤ ਸੀ। ਉਹ ਸੋਚਦੀ, ਇਹ ਬੰਦਿਆਂ ਵਾਲਾ ਨਾਂ ਹੈ। ਉਸ ਨੂੰ ਕਈ ਵਾਰ ਬੜੀ ਖਿਝ ਆਉਂਦੀ ਪਰ ਅਖ਼ੀਰ ਤੇ ਉਹ ਮਨ ਨੂੰ ਸਮਝਾ ਲੈਂਦੀ ਕਿ ਨਾਂ ਵਿਚ ਕੀ ਪਿਆ ਹੈ, ਇਨਸਾਨ ਵਿਚ ਗੁਣ ਹੋਣੇ ਚਾਹੀਦੇ ਨੇ। ਉਸ ਦੇ ਮਾਤਾ ਪਿਤਾ ਨੂੰ ਹਰ ਵੇਲੇ ਉਸ ਦੇ ਵਿਆਹ ਦੀ ਚਿੰਤਾ ਲਗੀ ਰਹਿੰਦੀ, ਪਰ ਜਦੋਂ ਵੀ ਇਸ ਬਾਰੇ ਕੋਈ ਗੱਲ ਬਾਤ ਚਲਦੀ ਤਾਂ ਤਾਰਾ ਕੋਈ ਬਹਾਨਾ ਪਾ ਕੇ ਟਾਲ ਦੇਂਦੀ।

J.M.B. 1982

(b) ਕਈ ਵਾਰੀ ਜੀਤੀ ਨੇ ਸੋਚਿਆ ਕਿ ਉਹ ਸਾਰੀ ਗੱਲ ਆਪਣੇ ਪਤੀ ਨੂੰ ਦਸ ਦੇਵੇ, ਪਰ ਉਸ ਦਾ ਹੌਂਸਲਾ ਨਹੀਂ ਸੀ ਪੈਂਦਾ। ਕੋਈ ਮੌਕਾ ਨਾ ਬਣਦਾ। ਉਹ ਗੱਲ ਨੂੰ ਜ਼ਬਾਨ ਤੇ ਨਾ ਲਿਆ ਸਕੀ। ਸ਼ਕ, ਪਛਤਾਵਾ, ਹਯਾ, ਕਮਜ਼ੋਰੀ ਤੇ ਬੇ-ਇਤਬਾਰੀ ਸਭ ਦੀਵਾਰਾਂ ਬਣ ਕੇ ਖਲੋ ਗਈਆਂ। ਇਹਨਾਂ ਕੰਧਾਂ ਨੂੰ ਜੀਤੀ ਨਾ ਤੇ ਢਾਹ ਸਕੀ ਤੇ ਨਾ ਹੀ ਟਪ ਸਕੀ। ਇਸ ਤਰ੍ਹਾਂ ਜ਼ਿੰਦਗੀ ਦੇ ਦਿਨ ਬੀਤਦੇ ਗਏ।

ਇਕ ਸ਼ਾਮ ਉਹ ਘਰ ਵਿਚ ਇਕੱਲੀ ਸੀ। ਸੋਚਾਂ ਵਿਚ ਡੁਬੀ ਉਹ ਬਹੁਤ ਉਦਾਸ ਬੈਠੀ ਸੀ। ਰੋਟੀ ਖਾ ਕੇ ਉਹ ਮੰਜੇ ਤੇ ਲੇਟੀ ਤੇ ਸੌਣ ਦੀ ਕੋਸ਼ਿਸ਼ ਕੀਤੀ ਪਰ ਨੀਂਦ ਕਿਥੇ ? ਉਸ ਨੇ ਚਾਹਿਆ ਕਿ ਉਹ ਬਾਰੀ ਵਿਚੋਂ ਛਾਲ ਮਾਰ ਕੇ ਆਪਣੀ

ਜਾਨ ਦੇ ਦੇਵੇ, ਪਰ ਇੰਜ ਉਹ ਦੋਸ਼ੀ ਬਣੇਗੀ, ਸਮਾਜ ਦੀਆਂ ਅੱਖਾਂ ਵਿਚ ਤੇ ਕਾਨੂੰਨ ਦੀਆਂ ਨਜ਼ਰਾਂ ਵਿਚ। ਸੋ ਇੰਜ ਉਹ ਕਰ ਨਾ ਸਕੀ। J.M.B. 1982

Exercise 4

Translate into English the following passages :

(a) "ਬਾਪੂ ਜੀ ! **ਗੁਰਬੀਰ** ਨੂੰ ਸੁਨੇਹਾ ਭੇਜ ਕੇ **ਜਲੰਧਰ** ਤੋਂ ਮੰਗਵਾ ਲਈਏ ?" ਬੁਖ਼ਾਰ ਨਾ ਲਹਿਣ ਕਾਰਨ ਕੁੜੀ ਫ਼ਿਕਰ ਕਰ ਰਹੀ ਸੀ। ਤੂੰ ਤਾਂ ਕਮਲੀ ਏਂ। ਅੱਜ ਕਲ੍ਹ ਇਮਤਿਹਾਨਾਂ ਦੇ ਦਿਨਾਂ ਵਿਚ ਉਸ ਨੂੰ ਪਲ ਪਲ ਸਹਾਈ ਹੈ। ਉਹਦਾ ਸਾਲ ਮਾਰਨਾ ਏ।"

ਸੁਰਜੀਤ ਸਿੰਘ ਸਮਝਦਾ ਸੀ, ਅਖੀਰ ਨੂੰ ਬੁਖ਼ਾਰ ਹੀ ਹੈ, ਹੋਰ ਦੋ ਚਾਰ ਦਿਨਾਂ ਤਕ ਲਥ ਜਾਵੇਗਾ। ਪਰ ਉਹ ਦਿਨੋ ਦਿਨ ਕਮਜ਼ੋਰ ਹੁੰਦਾ ਗਿਆ। ਪਿੰਡ ਦੇ ਅਣਜਾਣ ਹਕੀਮ ਤੋਂ ਇਲਾਜ ਠੀਕ ਨਾ ਹੋ ਸਕਿਆ। ਉਸ ਦੀ ਵਿਗੜਦੀ ਹਾਲਤ ਵੇਖ ਕੇ ਘਰ ਦਿਆਂ ਦਾ ਮਨ ਡੋਲ ਗਿਆ।

ਜਦੋਂ ਗੁਰਬੀਰ ਇਮਤਿਹਾਨ ਤੋਂ ਵਿਹਲਾ ਹੋ ਕੇ ਘਰ ਆਇਆ, ਉਸ ਦਾ ਪਿਉ ਮੰਜੇ ਉਤੇ ਪਿਆ ਪਛਾਣਿਆ ਨਹੀਂ ਸੀ ਜਾਂਦਾ। ਉਹ ਆਪਣੀ ਮਾਂ ਨਾਲ ਝਗੜਿਆ। "ਤੁਸਾਂ ਮੈਨੂੰ ਪਤਾ ਕਿਉਂ ਨਾ ਦਿੱਤਾ ? ਮੈਂ ਦੂਰ ਕਿੰਨੀ ਕੁ ਸੀ। ਪੜ੍ਹਾਈ ਜ਼ਿੰਦਗੀ ਤੋਂ ਬਹੁਤ ਕੀਮਤੀ ਸੀ ?" J.M.B. 1983

(b) ਇੰਗਲੈਂਡ ਵਿਚ ਸ਼ਨਿਚਰਵਾਰ-ਐਤਵਾਰ ਨੂੰ ਮਜ਼ਦੂਰ ਬੜੀ ਤਾਂਘ ਨਾਲ ਉਡੀਕਦੇ ਹਨ। ਪੰਜਾਂ ਦਿਨਾਂ ਤੋਂ, ਸੰਘਾਂ ਵਿਚ ਫਸੇ ਫ਼ੈਕਟਰੀਆਂ ਦੇ ਧੂੰਏਂ ਅਤੇ ਗਰਦ ਨੂੰ ਬੀਅਰ ਦੇ ਗਲਾਸਾਂ ਨਾਲ ਸਾਫ਼ ਕਰਨ ਦਾ ਮਸੀਂ ਕਿਤੇ ਮੌਕਾ ਮਿਲਦਾ ਹੈ। ਟਾਈਮ ਪੀਸ ਦੇ ਅਲਾਰਮ ਨਾਲ ਮੂੰਹ-ਹਨੇਰੇ ਜਾਗਣ ਦੀ ਗ਼ੁਲਾਮੀ ਤੋਂ ਆਜ਼ਾਦੀ ਪ੍ਰਾਪਤ ਹੁੰਦੀ ਹੈ। ਸ਼ਨਿਚਰਵਾਰ ਦੇ ਦਿਨ ਧੁੱਪ ਚੜ੍ਹੀ ਹੋਵੇ ਤਾਂ ਬਾਜ਼ਾਰ ਵਿਚ ਬੜੀ ਭੀੜ ਹੋ ਜਾਂਦੀ ਹੈ।

ਸਾਡੇ ਸ਼ਹਿਰ ਸਾਊਥਾਲ ਦਾ ਬਾਜ਼ਾਰ ਵੀ ਇਸ ਦਿਨ ਨਕੋ ਨੱਕ ਭਰਿਆ ਹੁੰਦਾ ਹੈ। ਕਬੀਲਦਾਰ ਆਲੂ, ਪਿਆਜ਼ ਅਤੇ ਗਰਮ ਮਸਾਲੇ ਦੀ ਭਾਲ ਵਿਚ ਝੋਲੇ ਚੁਕੀ ਫਿਰਦੇ ਹਨ ਅਤੇ ਮੁੰਡੇ ਖੁੰਡੇ ਆਪਣੇ ਹਾਣੀਆਂ ਦੀ ਭਾਲ ਵਿਚ ਸੀਟੀਆਂ

ਮਾਰਦੇ ਫਿਰਦੇ ਹਨ। ਬੀਬੀਆਂ ਪਰੈਮਾਂ ਵਿਚ ਬੱਚਿਆਂ ਨੂੰ ਲਦੀ ਫਿਰਦੀਆਂ ਹਨ। ਭਾਰਤੀ ਲੋਕਾਂ ਦੇ ਇਸ ਇਕੱਠ ਵਿਚ ਕੋਈ ਕੋਈ ਗੋਰਾ ਪਰਦੇਸੀਆਂ ਵਾਂਙ ਮਹਿਸੂਸ ਕਰਦਾ ਹੈ। J.M.B. 1983

Exercise 5

Translate into English the following passages :

(a) **ਮਨਜੀਤ** ਮਾਪਿਆਂ ਦੀ ਇਕੋ ਇਕ ਧੀ ਸੀ। ਕੋਈ ਹੋਰ ਭੈਣ ਭਰਾ ਨਾ ਹੋਣ ਕਾਰਨ ਪੰਝੀ ਏਕੜ ਜ਼ਮੀਨ ਦੀ ਉਹ ਇਕੱਲੀ ਹੀ ਵਾਰਸ ਸੀ। ਕਾਲਜ ਵਿਚ ਹਾਲੀ ਉਹ ਬੀ. ਏ. ਦੀ ਪੜ੍ਹਾਈ ਕਰਦੀ ਸੀ ਕਿ ਉਸ ਦੇ ਮਾਪਿਆਂ ਨੇ ਉਸ ਦਾ ਮੰਗਣਾ ਇੰਗਲੈਂਡ ਕਰ ਦਿੱਤਾ।

ਮਨਜੀਤ ਦਾ ਮੰਗੇਤਰ **ਸੁਰਿੰਦਰ** ਛੋਟੇ ਹੁੰਦਿਆਂ ਤੋਂ ਹੀ ਆਪਣੇ ਬਾਪ ਨਾਲ ਇੰਗਲੈਂਡ ਆ ਗਿਆ ਸੀ। ਉਹ ਏਥੇ ਹੀ ਸਕੂਲ ਗਿਆ ਸੀ ਅਤੇ ਏਥੇ ਦੇ ਵਾਤਾਵਰਣ ਵਿਚ ਹੀ ਵੱਡਾ ਹੋਇਆ ਸੀ। ਰਹਿਣੀ ਬਹਿਣੀ ਉਸ ਦੀ ਬਿਲਕੁਲ ਅੰਗਰੇਜ਼ਾਂ ਵਰਗੀ ਸੀ।

ਵਿਆਹ ਨੂੰ ਹਾਲੀਂ ਥੋੜ੍ਹਾ ਸਮਾਂ ਹੀ ਹੋਇਆ ਸੀ ਕਿ ਉਹਨਾਂ ਦਾ ਛੋਟੀ ਛੋਟੀ ਗੱਲ ਤੋਂ ਆਪਸ ਵਿਚ ਝਗੜਾ ਹੋਣਾ ਸ਼ੁਰੂ ਹੋ ਗਿਆ। **ਮਨਜੀਤ** ਨੂੰ ਇੰਗਲੈਂਡ ਭੈੜਾ ਭੈੜਾ ਲਗਣ ਲੱਗ ਪਿਆ। ਕਈ ਵਾਰ ਸਾਰੀ ਰਾਤ ਉਹਨੇ ਰੋਂਦਿਆਂ ਹੀ ਬਿਤਾ ਦੇਣੀ। ਉਸ ਦਾ ਦਿਲ ਕਰਨਾ ਕਿ ਉਹ ਉਡ ਕੇ ਭਾਰਤ ਵਾਪਸ ਚਲੀ ਜਾਵੇ।

J.M.B. 1984

(b) **ਹਰਜੀਤ** ਸ਼ਾਮੀਂ ਕੰਮ ਤੋਂ ਥਕਿਆ ਟੁਟਿਆ ਘਰ ਵਾਪਸ ਆਇਆ। ਉਸ ਨੇ ਕੁਝ ਬੰਦੇ ਆਪਣੇ ਗਵਾਂਢੀ ਦੇ ਘਰ ਅੱਗੇ ਖੜੇ ਵੇਖੇ। ਹਨੇਰੇ ਕਰਕੇ ਉਹਨਾਂ ਨੂੰ ਪਛਾਣਨਾ ਕਾਫ਼ੀ ਮੁਸ਼ਕਿਲ ਸੀ। ਫਿਰ ਵੀ ਉਹਨਾਂ ਵਿਚੋਂ ਦੋ ਉਪਰ ਉਸ ਦੀ ਨਜ਼ਰ ਟਿਕ ਗਈ। ਇਹਨਾਂ ਵਿਚੋਂ **ਇੱਕ** ਉਸ ਦਾ ਪੁਰਾਣਾ ਦੋਸਤ **ਹਰਨਾਮ** ਸੀ ਅਤੇ ਦੂਜਾ ਚਿੱਟੇ ਕਪੜਿਆਂ ਵਿਚ ਇਕ ਬੁੱਢਾ ਆਦਮੀ। ਬਾਕੀ ਦੇ ਬੰਦੇ **ਹਰਜੀਤ** ਲਈ ਅਣਜਾਣੇ ਸਨ।

ਬਾਰੀ ਵਿਚ ਖੜੀ **ਹਰਜੀਤ** ਦੀ ਪਤਨੀ ਨੇ ਉਸ ਨੂੰ ਆਉਂਦਿਆਂ ਵੇਖ ਲਿਆ। ਭਜ ਕੇ ਉਸ ਨੇ ਦਰਵਾਜ਼ਾ ਖੋਲ੍ਹਿਆ ਤੇ ਉਹ ਅੰਦਰ ਆ ਗਿਆ। ਉਹ ਸਿਧਾ

ਪਿਛਲੇ ਕਮਰੇ ਵਿੱਚ ਚਲਿਆ ਗਿਆ, ਜਿਥੇ ਕੋਲਿਆਂ ਦੀ ਅੱਗ ਜਲ ਰਹੀ ਸੀ। ਕਮਰਾ ਬੜਾ ਨਿਘਾ ਸੀ। ਕੁਛ ਦੇਰ ਆਰਾਮ ਕਰਨ ਬਾਦ ਹਰਜੀਤ ਉਠਿਆ, ਹਥ ਪੈਰ ਧੋਤੇ ਅਤੇ ਕਪੜੇ ਬਦਲੇ। ਜਦ ਤੀਕ ਉਸ ਦੀ ਪਤਨੀ ਨੇ ਚਾਹ ਬਣਾ ਲਈ ਸੀ।

J.M.B. 1984

Exercise 6

Translate into English the following passages :

Jaswant's emigration to Britain

(a) ਜਸਵੰਤ ਭਾਵੇਂ ਇੰਡੀਆ ਤੋਂ ਐਮ. ਏ. ਪਾਸ ਕਰਕੇ ਆਇਆ ਸੀ, ਪਰ ਨੌਕਰੀ ਉਸ ਨੂੰ ਆਪਣੀ ਲਿਆਕਤ ਅਨੁਸਾਰ ਨਹੀਂ ਸੀ ਮਿਲੀ। ਉਹ ਇਕ ਬਿਸਕੁਟਾਂ ਦੀ ਫ਼ੈਕਟਰੀ ਵਿਚ ਰਾਤਾਂ ਤੇ ਕੰਮ ਕਰਦਾ ਸੀ। ਸਾਰੀ ਰਾਤ ਬਿਸਕੁਟ ਚੁੱਕ ਚੁੱਕ ਉਹ ਡਬਿਆਂ ਵਿਚ ਬੰਦ ਕਰੀ ਜਾਂਦਾ ਸੀ।

ਇੰਗਲੈਂਡ ਆਉਣ ਤੋਂ ਇਕ ਸਾਲ ਮਗਰੋਂ ਜਸਵੰਤ ਦਾ ਪਿਤਾ ਸੁਰਗਵਾਸ ਹੋ ਗਿਆ। ਇਸ ਕਾਰਨ ਛੋਟੀਆਂ ਦੋ ਭੈਣਾਂ ਦੇ ਵਿਆਹਾਂ ਦੀ ਜ਼ਿੰਮੇਵਾਰੀ ਵੀ ਜਸਵੰਤ ਦੇ ਸਿਰ ਆ ਪਈ। ਆਪਣੇ ਛੋਟੇ ਭਰਾ ਨੂੰ ਉਹ ਇਥੋਂ ਪੈਸੇ ਭੇਜ ਕੇ ਡਾਕਟਰੀ ਦਾ ਕੋਰਸ ਕਰਵਾ ਰਿਹਾ ਸੀ।

ਇੰਗਲੈਂਡ ਵਿਚ ਕਿਰਾਏ ਤੇ ਰਹਿਣਾ ਨਰਕ ਦੇ ਬਰਾਬਰ ਸੀ। ਸੋ ਉਸ ਨੇ ਕੁਝ ਆਪਣੀ ਬਚਤ ਨਾਲ ਤੇ ਕੁਝ ਉਸ ਨੇ ਆਪਣੇ ਦੋਸਤਾਂ ਤੋਂ ਉਧਾਰ ਲੈ ਕੇ ਮਕਾਨ ਖ਼ਰੀਦ ਲਿਆ ਸੀ। ਪਰ ਕਰਜ਼ੇ ਦੀ ਕਿਸ਼ਤ ਤਨਖ਼ਾਹ ਦਾ ਤੀਜਾ ਹਿਸਾ ਖਾ ਜਾਂਦੀ ਸੀ।

J.M.B. 1985

Daljit's education and marriage

(b) ਦਲਜੀਤ ਵੀ ਆਪਣੇ ਭਰਾਵਾਂ ਵਾਂਙ ਪੜ੍ਹਾਈ ਵਿਜ ਬੜੀ ਹੁਸ਼ਿਆਰ ਨਿਕਲੀ। ਬੜੇ ਚੰਗੇ ਨੰਬਰ ਲੈ ਕੇ ਬੀ. ਟੀ. ਪਾਸ ਕਰ ਗਈ। ਅਧਿਆਪਕ ਦੀ ਨੌਕਰੀ ਲਈ ਕਈ ਸਕੂਲਾਂ ਵਿਚ ਦਰਖ਼ਾਸਤਾਂ ਦਿੱਤੀਆਂ। ਘਰ ਦੇ ਨੇੜੇ ਕੋਈ ਥਾਂ ਨਾ ਮਿਲੀ ਤੇ ਦੂਰ ਉਹ ਕਿਤੇ ਜਾਣਾ ਨਹੀਂ ਸੀ ਚਾਹੁੰਦੀ। ਇੰਜ ਵਿਹਲਿਆਂ ਰਹਿ ਕੇ ਉਹ ਕਈ ਵਾਰ ਅੱਕ ਵੀ ਜਾਂਦੀ।

ਘਰਦਿਆਂ ਨੇ ਉਸ ਦੇ ਵਿਆਹ ਦੀ ਗੱਲ ਤੋਰੀ। ਦੂਰ ਨੇੜੇ ਕਿਸੇ ਮੁੰਡੇ ਦੀ ਦਸ

ਪੈਂਦੀ ਤਾਂ ਉਸ ਦੇ ਭਰਾ ਵੇਖਣ ਤੁਰ ਪੈਂਦੇ। ਕਈ ਮੁੰਡੇ ਵੇਖੇ ਗਏ ਪਰ ਕੋਈ ਗੱਲ ਸਿਰੇ ਨਾ ਚੜ੍ਹੀ। ਦਲਜੀਤ ਦੇ ਮਾਂ-ਬਾਪ ਫ਼ਿਕਰਮੰਦ ਹੋ ਗਏ।

ਅਖੀਰ ਦਲਜੀਤ ਦੇ ਵਡੇ ਭਰਾ ਨੂੰ ਕਿਸੇ ਨੇ ਦਸ ਪਾਈ ਕਿ ਗਵਾਂਢੀ ਪਿੰਡ ਦਾ ਮੁੰਡਾ ਇੰਗਲੈਂਡ ਤੋਂ ਵਿਆਹ ਕਰਵਾਉਣ ਲਈ ਆਇਆ ਹੋਇਆ ਹੈ। ਉਸ ਦਾ ਭਰਾ ਉਸੇ ਹੀ ਸ਼ਾਮ ਉਸ ਨੂੰ ਵੇਖਣ ਚਲਾ ਗਿਆ। ਮੁੰਡਾ ਬੜਾ ਨਰੋਆ, ਸੋਹਣਾ ਅਤੇ ਕੋਈ ਛੇ ਫੁੱਟ ਉੱਚਾ ਸੀ।

J.M.B. 1985

Exercise 7

Translate the following passages into English.

ਗੁਰੂ ਨਾਨਕ ਦੇਵ ਜੀ

(a) ਗੁਰੂ ਨਾਨਕ ਦੇਵ ਜੀ ਸਿਖਾਂ ਦੇ ਪਹਿਲੇ ਗੁਰੂ ਹੋਏ ਹਨ। ਉਹਨਾਂ ਦਾ ਜਨਮ 1469 ਈਸਵੀ ਨੂੰ, ਪਿੰਡ ਤਲਵੰਡੀ ਵਿਚ ਜਿਹੜਾ ਕਿ ਅੱਜ ਕਲ੍ਹ ਪਾਕਿਸਤਾਨ ਵਿਚ ਹੈ, ਹੋਇਆ ਸੀ। ਇਸ ਪਿੰਡ ਨੂੰ ਅੱਜ ਕਲ੍ਹ ਗੁਰੂ ਨਾਨਕ ਦੇਵ ਜੀ ਦੇ ਨਾਮ ਕਾਰਨ ਨਨਕਾਣਾ ਸਾਹਿਬ ਕਿਹਾ ਜਾਂਦਾ ਹੈ।

ਇਹਨਾਂ ਦੇ ਪਿਤਾ ਦਾ ਨਾਮ ਮਹਿਤਾ ਕਾਲੂ ਅਤੇ ਮਾਤਾ ਦਾ ਨਾਮ ਤ੍ਰਿਪਤਾ ਸੀ। ਆਪ ਦੀ ਇਕ ਭੈਣ ਸੀ ਜਿਸ ਦਾ ਨਾਮ ਬੀਬੀ ਨਾਨਕੀ ਸੀ, ਉਹ ਗੁਰੂ ਨਾਨਕ ਤੋਂ ਕਈ ਸਾਲ ਵਡੀ ਸੀ। ਇਹਨਾਂ ਦੇ ਪਿਤਾ ਜੀ ਗੁਰੂ ਨਾਨਕ ਨੂੰ ਚੰਗੀ ਤੇ ਉਚੀ ਵਿਦਿਆ ਦੁਆ ਕੇ ਕਿਤੇ ਚੰਗੀ ਨੌਕਰੀ ਤੇ ਲੁਆਉਣਾ ਚਾਹੁੰਦੇ ਸਨ। ਪਰ ਗੁਰੂ ਜੀ ਬਚਪਨ ਤੋਂ ਹੀ ਪ੍ਰਮਾਤਮਾ ਦੀ ਭਗਤੀ ਵਿਚ ਲੀਣ ਰਹਿੰਦੇ ਅਤੇ ਆਪਣੇ ਮਾਪਿਆਂ ਦੇ ਹਟਾਉਣ ਤੇ ਵੀ ਅਕਸਰ ਸਮਾਧੀ ਲਾਈ ਰਖਦੇ। ਭਾਈ ਬਾਲਾ ਅਤੇ ਭਾਈ ਮਰਦਾਨਾ ਜੋ ਆਪ ਜੀ ਦੇ ਬਚਪਨ ਤੋਂ ਸਾਥੀ ਸਨ, ਸਦਾ ਆਪ ਜੀ ਦੇ ਨਾਲ ਰਹਿੰਦੇ ਸਨ।

ਗੁਰੂ ਜੀ ਨੇ ਕੁਰਾਹੇ ਚਲਣ ਵਾਲੇ ਵਿਅਕਤੀਆਂ ਨੂੰ ਰਾਹੇ ਪਾਉਣ ਲਈ ਕਈ ਕੌਤਕ ਕੀਤੇ। ਇਹਨਾਂ ਵਿਚੋਂ ਮਲਕ ਭਾਗੋ ਦੀ ਪਾਰਟੀ ਵਿਚ ਖਾਣਾ, ਮਸੀਤ ਵਿਕ ਨਮਾਜ਼ ਅਤੇ ਹਰਦਵਾਰ ਵਿਖੇ ਉਲਟੇ ਪਾਸੇ ਪਾਣੀ ਸੁਟਣ ਦੀਆਂ ਸਾਖੀਆਂ ਖ਼ਾਸ ਕਰਕੇ ਪ੍ਰਸਿਧ ਹਨ।

ਗੁਰੂ ਨਾਨਕ ਦੇਵ ਜੀ ਨਾ ਕੇਵਲ ਭਾਰਤ ਦੇ ਵਖ ਵਖ ਇਲਾਕਿਆਂ ਵਿਚ ਪ੍ਰਚਾਰ ਕਰਨ ਲਈ ਗਏ ਬਲਕਿ ਉਹਨਾਂ ਨੇ ਕਾਬਲ, ਕੰਧਾਰ ਅਤੇ ਬਹੁਤ ਸਾਰੇ ਅਰਬ

ਦੇਸਾਂ ਦਾ ਵੀ ਪੈਦਲ ਸਫ਼ਰ ਆਪਣੀਆਂ ਉਦਾਸੀਆਂ ਰਾਹੀਂ ਕੀਤਾ। ਆਪ ਜੀ ਨੇ ਕਿਹਾ ਕਿ ਪ੍ਰਮਾਤਮਾ ਦੀ ਨਜ਼ਰ ਵਿਚ ਸਭ ਵਿਅਕਤੀ ਭਾਵੇਂ ਉਹ ਕਿਸੇ ਵੀ ਧਰਮ, **ਦੇਸ**, ਜਾਤ ਜਾਂ ਨਸਲ ਦੇ ਹੋਣ ਸਭ ਬਰਾਬਰ ਹਨ। ਉਹਨਾਂ ਕਿਰਤ ਕਰਨ, ਵੰਡ ਛਕਣ ਅਤੇ ਨਾਮ ਜਪਣ ਦੀ ਸਿਖਿਆ ਦਿੱਤੀ। ਆਪ 1539 ਨੂੰ ਜੋਤੀ ਜੋਤ ਸਮਾ ਗਏ।

ਹਾਥੀ

(b) ਹਾਥੀ ਨੂੰ ਕਿਸ ਨੇ ਨਹੀਂ ਦੇਖਿਆ? ਇਹ ਇਕ ਬਹੁਤ ਵੱਡਾ ਅਤੇ ਸ਼ਕਤੀਸ਼ਾਲੀ ਜਾਨਵਰ ਹੈ। ਇਸ ਦੀਆਂ ਚਾਰੇ ਲਤਾਂ ਇਸ ਤਰ੍ਹਾਂ ਲਗਦੀਆਂ ਹਨ ਜਿਵੇਂ ਬ੍ਰਿਛਾਂ ਦੇ ਤਣੇ ਹੋਣ। ਇਸ ਦੀ ਸੁੰਡ ਉਪਰੋਂ ਮੋਟੀ ਤੇ ਹੇਠੋਂ ਪਤਲੀ ਹੁੰਦੀ ਹੈ। ਇਹ ਦੇਖ ਕੇ ਬੜਾ ਅਸਚਰਜ ਹੁੰਦਾ ਹੈ ਕਿ ਉਸ ਦੀਆਂ ਅੱਖਾਂ ਉਸ ਦੇ ਕਦ ਦੇ ਮੁਤਾਬਕ ਬਹੁਤ ਛੋਟੀਆਂ ਹੁੰਦੀਆਂ ਹਨ। ਹਾਥੀ ਦੇ ਦੋ ਵੱਡੇ ਵੱਡੇ ਦੰਦ ਬਾਹਰ ਨਿਕਲੇ ਹੋਏ ਹੁੰਦੇ ਹਨ ਪਰ ਉਸ ਦੇ ਖਾਣ ਦੇ ਦੰਦ ਇਹਨਾਂ ਤੋਂ ਵਖਰੇ ਮੂੰਹ ਦੇ ਅੰਦਰ ਹੁੰਦੇ ਹਨ। ਹਾਥੀ ਬਾਰੇ ਇਕ ਕਹਾਵਤ ਆਮ ਪ੍ਰਸਿਧ ਹੈ 'ਹਾਥੀ ਦੇ ਦੰਦ ਖਾਣ ਦੇ ਹੋਰ ਅਤੇ ਵਿਖਾਉਣ ਦੇ ਹੋਰ'।

ਹਾਥੀ ਐਨਾ ਸ਼ਕਤੀਸ਼ਾਲੀ ਹੋਣ ਦੇ ਬਾਵਜੂਦ ਆਦਮੀ ਦੇ ਕਹੇ ਅਨੁਸਾਰ ਚਲਦਾ ਹੈ। ਪੁਰਾਣੇ ਸਮਿਆਂ ਵਿਚ ਜਦੋਂ ਰੇਲਾਂ-ਮੋਟਰਾਂ ਅਤੇ ਹਵਾਈ ਜਹਾਜ਼ ਆਦਿ ਨਹੀਂ ਹੁੰਦੇ ਸਨ, ਹਾਥੀ ਤੋਂ ਕਈ ਕੰਮ ਲਏ ਜਾਂਦੇ ਸਨ। ਹਾਥੀ ਭਾਰੀਆਂ ਚੀਜ਼ਾਂ ਇਕ ਥਾਂ ਤੋਂ ਦੂਜੀ ਥਾਂ ਲੈ ਜਾਣ ਲਈ ਬੜਾ ਲਾਭਦਾਇਕ ਸੀ। ਉਹ ਕਾਫ਼ੀ ਭਾਰ ਚੁਕ ਸਕਦਾ ਹੈ ਅਤੇ ਕਈ ਕਈ ਦਿਨ ਬਗ਼ੈਰ ਕੁਝ ਖਾਧੇ ਪੀਤੇ ਰਹਿ ਸਕਦਾ ਹੈ। ਲੜਾਈਆਂ ਵਿਚ ਹਾਥੀ ਆਮ ਵਰਤੇ ਜਾਂਦੇ ਸਨ। ਰਾਜੇ ਮਹਾਰਾਜੇ ਅਤੇ ਅਮੀਰ ਲੋਕੀਂ ਹਾਥੀ ਤੇ ਹੀ ਸਫ਼ਰ ਕਰਿਆ ਕਰਦੇ ਸਨ, ਪਰ ਅੱਜ ਕਲ੍ਹ ਸਾਇੰਸ ਦੀ ਤਰੱਕੀ ਨੇ ਹਾਥੀ ਦੀ ਮਹੱਤਤਾ ਨੂੰ ਘਟਾ ਦਿੱਤਾ ਹੈ। ਆਵਾ-ਜਾਈ ਲਈ ਕਾਰਾਂ, ਬਸਾਂ, ਗਡੀਆਂ ਅਤੇ ਹਵਾਈ ਜਹਾਜ਼ ਬਣ ਗਏ ਹਨ ਅਤੇ ਲੜਾਈਆਂ ਵਿਚ ਟੈਂਕ, ਤੋਪਾਂ, ਮਿਜ਼ਾਇਲ, ਆਦਿ ਵਰਤੇ ਜਾਂਦੇ ਹਨ।

Exercise 8

Translate the following passages into English.

ਸਾਊਥਹਾਲ

ਇੰਗਲੈਂਡ ਦੇ ਅੰਗਰੇਜ਼ ਲੋਕ ਅੱਜ ਕਲ੍ਹ ਸਾਊਥਹਾਲ ਨੂੰ ਲਿਟਲ ਇੰਡੀਆ ਜਾਂ ਬੰਬਈ ਆਖਦੇ ਹਨ। ਜਦੋਂ ਪੰਜਾਬੀ ਲੋਕ ਪਹਿਲਾਂ ਪਹਿਲਾਂ ਇੰਡੀਆ ਤੋਂ ਇੰਗਲੈਂਡ

ਆਉਂਦੇ ਸਨ ਤਾਂ ਉਹਨਾਂ ਵਿਚੋਂ ਬਹੁਤੇ ਸਾਊਥਹਾਲ ਵਿਚ ਹੀ ਟਿਕ ਜਾਂਦੇ ਸਨ। ਅੱਜ ਸਾਊਥਹਾਲ ਵਿਚ ਪੰਜਾਬੀ ਲੋਕਾਂ ਦੀ ਗਿਣਤੀ ਬਹੁਤ ਜਿਆਦਾ ਹੋ ਗਈ ਹੈ ਪਰ 1950 ਤੋਂ ਪਹਿਲਾਂ ਇਥੇ ਪੰਜਾਬੀਆਂ ਦੀ ਗਿਣਤੀ ਆਟੇ ਵਿਚ ਲੂਣ ਵੀ ਨਹੀਂ ਸੀ।

ਜਿਹੜੇ ਪੰਜਾਬੀ ਲੋਕ ਪਹਿਲਾਂ ਪਹਿਲਾਂ ਇਥੇ ਆਏ ਸਨ ਉਨ੍ਹਾਂ ਵਿਚੋਂ ਬਹੁਤੇ ਲੋਕ ਪੜ੍ਹੇ ਲਿਖੇ ਨਹੀਂ ਸਨ। ਉਹਨਾਂ ਦਿਨਾਂ ਵਿਚ ਕੰਮਕਾਰ ਬਹੁਤ ਮੁਸ਼ਕਲ ਨਾਲ ਮਿਲਦੇ ਸਨ, ਖ਼ਾਸ ਕਰਕੇ ਕਾਲੇ ਲੋਕਾਂ ਲਈ ਤਾਂ ਇਹ ਹੋਰ ਵੀ ਔਖੀ ਗੱਲ ਸੀ।

ਕਹਿੰਦੇ ਹਨ ਕਿ ਸਾਡੇ ਪਹਿਲੇ ਬਜ਼ੁਰਗ ਸਾਊਥਹਾਲ ਦੀ ਇਕ ਰਬੜ ਦੀ ਫ਼ੈਕਟਰੀ ਵਿਚ ਆਣ ਕੇ ਕੰਮ ਤੇ ਲੱਗੇ ਸਨ। ਰਬੜ ਦੀ ਇਹ ਫ਼ੈਕਟਰੀ ਧੂਏਂ ਅਤੇ ਬੂ ਦੇ ਪਖੋਂ ਨਰਕ ਦਾ ਦੂਜਾ ਰੂਪ ਸੀ। ਇਸ ਲਈ ਜਿਹੜੇ ਅਤਿ ਗੰਦੇ ਤੇ ਮੁਸ਼ਕਲ ਕੰਮ ਅੰਗਰੇਜ਼ ਲੋਕ ਨਹੀਂ ਸਨ ਕਰਦੇ ਉਹ ਸਾਡੇ ਲੋਕਾਂ ਨੂੰ ਸੌਂਪੇ ਜਾਂਦੇ ਸਨ। ਇਹ ਗੰਦੇ ਕੰਮ ਵੀ ਸਾਡੇ ਲੋਕਾਂ ਨੂੰ ਸੌਖੇ ਨਹੀਂ ਸਨ ਮਿਲਦੇ। ਇਹਨਾਂ ਵਾਸਤੇ ਵੀ ਬਹੁਤ ਸਾਰੀਆਂ ਫ਼ਰਮਾਇਸ਼ਾਂ ਕਰਨੀਆਂ ਪੈਂਦੀਆਂ ਸਨ। ਪੰਜਾਬੀ ਲੋਕਾਂ ਵਿਚ ਇਹ ਸਿਫ਼ਤ ਸੀ ਕਿ ਉਹ ਹਰ ਤਰ੍ਹਾਂ ਦਾ ਕੰਮ ਕਰਨ ਲਈ ਤਿਆਰ ਹੋ ਜਾਂਦੇ ਸਨ ਅਤੇ ਆਪਣੀ ਡਿਊਟੀ ਬੜੀ ਚੰਗੀ ਤਰ੍ਹਾਂ ਨਿਭਾਉਂਦੇ ਸਨ।

ਸਾਊਥਹਾਲ ਵਿਚ ਜਿਸ ਪਹਿਲੇ ਪੰਜਾਬੀ ਨੇ ਆਪਣੀ ਰਿਹਾਇਸ਼ ਲਈ ਮਕਾਨ ਲਿਆ ਸੀ ਉਹ ਰਬੜ ਦੀ ਫ਼ੈਕਟਰੀ ਵਿਚ ਹੀ ਕੰਮ ਕਰਦਾ ਸੀ। ਦਰਜਨਾਂ ਦੀ ਗਿਣਤੀ ਵਿਚ ਪੰਜਾਬੀ ਲੋਕ ਉਸ ਮਕਾਨ ਵਿਚ ਕਿਰਾਏਦਾਰ ਰਹਿਣ ਲੱਗ ਪਏ ਸਨ। ਸਵੇਰ ਨੂੰ ਕੰਮ ਤੇ ਜਾਣ ਵਾਲਿਆਂ ਦੇ ਬਿਸਤਰਿਆਂ ਵਿਚ ਰਾਤ ਦੀ ਡੀਊਟੀ ਕਰਕੇ ਆਏ ਭਾਈਵੰਦ ਸੌਂਦੇ ਸਨ। ਫੇਰ ਕੁਝ ਸਮਾਂ ਪਾ ਕੇ ਸਾਡੇ ਕਈ ਹੋਰ ਲੋਕਾਂ ਨੇ ਵੀ ਆਪਣੇ ਆਪਣੇ ਮਕਾਨ ਖ਼ਰੀਦ ਲਏ। ਉਸ ਵੇਲੇ ਮਕਾਨ ਖ੍ਰੀਦਣਾ ਬਹੁਤ ਔਖਾ ਹੁੰਦਾ ਸੀ। ਇਸ ਕਰਕੇ ਮਕਾਨ ਵਾਲੇ ਦੀ ਪੁੱਛ-ਗਿਛ ਬਹੁਤ ਜ਼ਿਆਦਾ ਹੁੰਦੀ ਸੀ। ਅੰਗਰੇਜ਼ ਲੋਕ ਪੰਜਾਬੀਆਂ ਨੂੰ ਉਸ ਵੇਲੇ ਕਿਰਾਏ ਤੇ ਕਮਰਾ ਘਟ ਹੀ ਦਿੰਦੇ ਸਨ।

ਇਹ ਉਹ ਸਮਾਂ ਸੀ ਜਦੋਂ ਅੰਗਰੇਜ਼ ਲੋਕ ਪੰਜਾਬੀਆਂ ਨੂੰ ਮਕਾਨ ਵੇਚਣ ਬਾਰੇ ਸੋਚਦੇ ਤਾਂ ਆਂਢ-ਗੁਆਂਢ ਦੇ ਅੰਗਰੇਜ਼ ਲੋਕ ਉਹਨਾਂ ਨੂੰ ਅਜਿਹਾ ਕਰਨ ਤੋਂ ਰੋਕਦੇ ਸਨ। ਉਹਨਾਂ ਦਾ ਵਿਚਾਰ ਸੀ ਕਿ ਕਾਲੇ ਲੋਕ ਗਵਾਂਢੀ ਹੋਣ ਕਾਰਨ ਉਹਨਾਂ ਦੇ ਮਕਾਨਾਂ ਦੀਆਂ ਕੀਮਤਾਂ ਘਟ ਜਾਣਗੀਆਂ। ਅੰਗਰੇਜ਼ ਲੋਕ ਉਸ ਵੇਲੇ ਪੰਜਾਬੀਆਂ ਨੂੰ ਕਿਰਾਏ ਤੇ ਕਮਰਾ ਵੀ ਘਟ ਹੀ ਦਿੰਦੇ ਸਨ।

ਜਿਉਂ ਜਿਉਂ ਪੰਜਾਬੀ ਲੋਕਾਂ ਦੇ ਘਰਾਂ ਵਿਚ ਕੁਕੜਾਂ ਨੂੰ ਤੜਕੇ ਲਗਦੇ

ਅੰਗਰੇਜ਼ ਲੋਕ ਆਪਣੇ ਘਰ ਵੇਚ ਕੇ ਕਿਤੇ ਹੋਰ ਚਲੇ ਜਾਂਦੇ। ਇਹ ਮਕਾਨ ਜ਼ਿਆਦਾ ਤਰ ਪੰਜਾਬੀ ਹੀ ਖ਼ੀਦਦੇ ਸਨ। ਅੱਜ ਕਲ੍ਹ ਸਾਊਥਹਾਲ ਵਿਚ ਅੰਗਰੇਜ਼ ਲੋਕ ਟਾਵੇਂ ਟਾਵੇਂ ਹੀ ਨਜ਼ਰ ਆਉਂਦੇ ਹਨ ਅਤੇ ਇਹ ਸ਼ਹਿਰ ਇਸ ਤਰ੍ਹਾਂ ਮਲੂਮ ਹੁੰਦਾ ਹੈ ਜਿਸ ਤਰ੍ਹਾਂ ਕਿ ਪੰਜਾਬ ਦਾ ਜਲੰਧਰ ਜਾਂ ਹੁਸ਼ਿਆਰਪੁਰ ਹੈ।

Exercise 9

Translate the following passages into English.

ਇਕ ਮਿਹਨਤੀ ਕੁੜੀ

ਕੁਲਦੀਪ ਕਾਵੈਂਟਰੀ ਵਿਚ ਡਾਕਟਰ ਲੱਗੀ ਹੋਈ ਸੀ। ਉਹ ਆਪਣੇ ਮਾਂ-ਬਾਪ ਦੀ ਇਕਲੋਤੀ ਧੀ ਹੈ। ਉਸ ਦੀ ਉਮਰ 24 ਸਾਲ ਦੇ ਲਗਭਗ ਹੈ। ਕੁਲਦੀਪ ਦੇ ਪਿਤਾ ਜੀ ਪੰਜਾਬ ਦੇ ਇਕ ਪ੍ਰਸਿਧ ਸ਼ਹਿਰ ਜਲੰਧਰ ਤੋਂ 1966 ਵਿਚ ਇੰਗਲੈਂਡ ਆਏ ਸੀ। ਕੁਲਦੀਪ ਅਤੇ ਉਸ ਦੀ ਮਾਤਾ ਜੀ ਤਿੰਨ ਸਾਲ ਬਾਅਦ 1969 ਵਿਚ ਇਥੇ ਪਹੁੰਚੇ ਸੀ। ਉਸ ਵੇਲੇ ਕੁਲਦੀਪ ਦੀ ਉਮਰ ਬਹੁਤ ਛੋਟੀ ਸੀ। ਉਹ ਕਾਵੈਂਟਰੀ ਵਿਚ ਪਹਿਲਾਂ ਪ੍ਰਾਇਮਰੀ ਸਕੂਲ ਅਤੇ ਫੇਰ ਸੈਕੰਡਰੀ ਸਕੂਲ ਗਈ ਸੀ। ਉਹ ਇਕ ਬਹੁਤ ਹੀ ਮਿਹਨਤੀ ਅਤੇ ਹੁਸ਼ਿਆਰ ਕੁੜੀ ਸੀ। ਪੜ੍ਹਾਈ ਵਿਚ ਪਹਿਲਾਂ ਪਹਿਲਾਂ ਉਸ ਨੂੰ ਅੰਗਰੇਜ਼ੀ ਜ਼ਬਾਨ ਨਾ ਆਉਣ ਕਰਕੇ ਬਹੁਤ ਕਠਨਾਈਆਂ ਦਾ ਸਾਹਮਣਾ ਕਰਨਾ ਪਿਆ। ਪਰ ਕੁਲਦੀਪ ਨੇ ਹਿੰਮਤ ਨਾ ਹਾਰੀ ਅਤੇ ਹਰ ਰੋਜ਼ ਲਗਾਤਾਰ ਦਿਲ ਲਾ ਕੇ ਪੜ੍ਹਾਈ ਕੀਤੀ। ਛੇਤੀ ਹੀ ਉਸ ਨੇ ਆਪਣੀ ਅੰਗਰੇਜ਼ੀ ਦੀ ਕਮੀ ਨੂੰ ਪੂਰਾ ਕਰ ਲਿਆ।

ਸਕੂਲ ਤੋਂ ਵਾਪਸ ਆ ਕੇ ਕੁਲਦੀਪ ਹਰ ਰੋਜ਼ ਰਾਤ ਨੂੰ ਦੋ ਤਿੰਨ ਘੰਟੇ ਪੜ੍ਹਦੀ। ਸਖ਼ਤ ਮਿਹਨਤ ਦੇ ਸਦਕਾ ਉਸ ਨੇ ਚਾਰ 'ਏ' ਲੈਵਲ ਪਾਸ ਕੀਤੇ ਅਤੇ ਇਹਨਾਂ ਵਿਚ ਤਿੰਨ ਗਰੇਡ 'ਏ' ਅਤੇ ਇਕ ਗਰੇਡ 'ਬੀ' ਸੀ। ਕੁਲਦੀਪ ਮੁੱਢ ਤੋਂ ਹੀ ਡਾਕਟਰ ਬਣਨਾ ਚਾਹੁੰਦੀ ਸੀ ਅਤੇ ਯੂਨੀਵਰਸਟੀ ਡਾਕਟਰੀ ਦੀ ਪੜ੍ਹਾਈ ਕਰਨ ਲਈ ਜਾਣਾ ਚਾਹੁੰਦੀ ਸੀ। ਕੁਲਦੀਪ ਦੇ ਮਾਤਾ ਪਿਤਾ ਪਹਿਲਾਂ ਉਸ ਦੇ ਯੂਨੀਵਰਸਟੀ ਜਾਣ ਵਿਚ ਖ਼ੁਸ਼ ਨਹੀਂ ਸਨ ਕਿਉਂਕਿ ਏਸ਼ੀਅਨ ਲੋਕ ਆਮ ਤੌਰ ਤੇ ਲੜਕੀਆਂ ਦਾ ਘਰ ਤੋਂ ਬਾਹਰ ਰਹਿਣਾ ਬਹੁਤ ਚੰਗਾ ਨਹੀਂ ਸਮਝਦੇ। ਪਰ ਕੁਲਦੀਪ ਦੀ ਪੜ੍ਹਾਈ ਵਿਚ ਦਿਲਚਸਪੀ ਨੂੰ ਦੇਖ ਕੇ ਉਸ ਦੇ ਮਾਤਾ ਪਿਤਾ ਉਸ ਨੂੰ ਯੂਨੀਵਰਸਟੀ ਭੇਜਣ ਵਾਸਤੇ ਰਾਜ਼ੀ ਹੋ ਗਏ।

ਕੁਲਦੀਪ ਨੇ 6 ਸਾਲ ਮਾਨਚੈਸਟਰ ਯੂਨੀਵਰਸਟੀ ਵਿਚ ਡਾਕਟਰੀ ਦੀ ਡਿਗਰੀ ਲਈ ਸਖ਼ਤ ਮਿਹਨਤ ਕੀਤੀ। ਉਸ ਨੂੰ ਆਪਣੀ ਮਿਹਨਤ ਦਾ ਫਲ ਮਿਲ ਗਿਆ ਜਦੋਂ

ਉਸ ਨੂੰ ਡਾਕਟਰੀ ਦੀ ਡਿਗਰੀ ਮਿਲ ਗਈ। ਹੁਣ ਕੁਲਦੀਪ ਨੂੰ ਕਾਵੈਂਟਰੀ ਵਿਚ ਡਾਕਟਰ ਲਗੀ ਹੋਈ ਨੂੰ ਦੋ ਸਾਲ ਹੋ ਗਏ ਹਨ। ਉਸ ਦੇ ਮਾਤਾ ਪਿਤਾ ਨੂੰ ਕੁਲਦੀਪ ਤੇ ਬਹੁਤ ਮਾਣ ਹੈ। ਅਜੇ ਕੁਲਦੀਪ ਦੀ ਸ਼ਾਦੀ ਨਹੀਂ ਹੋਈ ਅਤੇ ਉਹ ਆਪਣੇ ਮਾਤਾ ਪਿਤਾ ਨਾਲ ਹੀ ਰਹਿੰਦੀ ਹੈ।

Exercise 10

Translate the following passages into English.

ਸਰਦਾਰ ਭਗਤ ਸਿੰਘ

(a) ਸ਼ਹੀਦ ਭਗਤ ਸਿੰਘ ਦਾ ਨਾਂ ਕੌਣ ਨਹੀਂ ਜਾਣਦਾ? ਸਾਰੇ ਪੰਜਾਬੀਆਂ ਨੂੰ ਸਰਦਾਰ ਭਗਤ ਸਿੰਘ ਦੀ ਬਹਾਦਰੀ ਤੇ ਮਾਣ ਹੈ। ਉਸ ਦਾ ਜਨਮ 1907 ਈਸਵੀ ਨੂੰ ਬੰਗਾ ਜ਼ਿਲ੍ਹਾ ਲਾਇਲਪੁਰ ਵਿਚ ਹੋਇਆ ਸੀ। ਅੱਜ ਕਲ੍ਹ ਇਹ ਅਸਥਾਨ ਪਾਕਿਸਤਾਨ ਵਿਚ ਹੈ। ਉਨ੍ਹਾਂ ਦੇ ਪਿਤਾ ਦਾ ਨਾਮ ਸਰਦਾਰ ਕਿਸ਼ਨ ਸਿੰਘ ਅਤੇ ਮਾਤਾ ਦਾ ਨਾਮ ਸ੍ਰੀਮਤੀ ਵਿਦਿਆਵਤੀ ਸੀ।

ਇਹਨਾਂ ਦਿਨਾਂ ਵਿਚ ਭਾਰਤ ਤੇ ਅੰਗਰੇਜ਼ ਰਾਜ ਕਰਦੇ ਸਨ। ਸਰਦਾਰ ਭਗਤ ਸਿੰਘ ਦੇ ਦਿਲ ਵਿਚ ਆਪਣੇ ਦੇਸ਼ ਲਈ ਬਹੁਤ ਪਿਆਰ ਸੀ। ਉਹ ਆਪਣੇ ਦੇਸ਼ ਨੂੰ ਅਜ਼ਾਦ ਕਰਾਉਣਾ ਚਾਹੁੰਦੇ ਸਨ। ਇਸੇ ਕਰਕੇ ਜਦੋਂ ਉਹ ਲਾਹੌਰ ਵਿਚ ਪੜ੍ਹਾਈ ਕਰ ਰਹੇ ਸਨ ਤਾਂ ਇਕ ਇਨਕਲਾਬੀ ਲਹਿਰ ਵਿਚ ਸ਼ਾਮਲ ਹੋ ਗਏ ਸਨ। 1928 ਵਿਚ ਲਾਹੌਰ ਵਿਚ ਬਹੁਤ ਸਾਰੇ ਭਾਰਤੀਆਂ ਤੇ ਲਾਠੀਚਾਰਜ ਕੀਤਾ ਗਿਆ ਜਿਸ ਕਾਰਨ ਕਈ ਹੋਰ ਵਿਅਕਤੀਆਂ ਸਮੇਤ ਲਾਲਾ ਲਾਜਪਤ ਰਾਏ ਦੀ ਮੌਤ ਹੋ ਗਈ ਸੀ। ਲਾਲਾ ਲਾਜਪਤ ਰਾਏ ਦੀ ਮੌਤ ਦਾ ਉਸ ਦੇ ਦਿਲ ਤੇ ਬੜਾ ਡੂੰਘਾ ਅਸਰ ਪਿਆ।

ਇਸ ਤੋਂ ਪਿਛੋਂ ਭਗਤ ਸਿੰਘ ਨੇ ਆਪਣੇ ਦੇਸ਼ ਨੂੰ ਅੰਗਰੇਜ਼ਾਂ ਤੋਂ ਸੁਤੰਤਰ ਕਰਾਉਣ ਲਈ ਪੱਕਾ ਇਰਾਦਾ ਬਣਾ ਲਿਆ ਸੀ। ਉਸ ਨੇ ਆਪਣੇ ਸਾਥੀਆਂ ਨਾਲ ਵਿਉਂਤ ਬਣਾ ਕੇ ਸਾਂਡਰਸ ਨੂੰ ਮਾਰਿਆ ਅਤੇ ਅਸੈਂਬਲੀ ਵਿਚ ਬੰਬ ਸੁੱਟਿਆ। ਇਸ ਦੋਸ਼ ਵਿਚ ਆਪ ਨੂੰ 23 ਮਾਰਚ 1931 ਨੂੰ ਫ਼ਾਂਸੀ ਦੇ ਕੇ ਸ਼ਹੀਦ ਕੀਤਾ ਗਿਆ।

ਸਰਦਾਰ ਭਗਤ ਸਿੰਘ ਦਾ ਪਰਵਾਰ ਅੱਜ ਕਲ੍ਹ ਪਿੰਡ ਖਟਕੜ-ਕਲਾਂ ਜਿਲ੍ਹਾ ਜਲੰਧਰ ਵਿਚ ਰਹਿੰਦਾ ਹੈ। ਇਸ ਪਿੰਡ ਵਿਚ ਉਸ ਦੀ ਇਕ ਯਾਦਗਾਰ ਵੀ ਬਣਾਈ ਗਈ ਹੈ ਜਿਥੇ ਹਰ ਸਾਲ ਇਕ ਸ਼ਹੀਦੀ ਕਾਨਫ਼ਰੰਸ ਕੀਤੀ ਜਾਂਦੀ ਹੈ ਅਤੇ

ਲੋਕੀਂ ਇਸ ਸ਼ਹੀਦ ਨੂੰ ਸ਼ਰਧਾਂਜਲੀ ਭੇਟ ਕਰਦੇ ਹਨ।

ਬਰਫ਼ੀਲਾ ਦਿਨ

(b) ਮੈਂ ਇਕ ਫੈਕਟਰੀ ਵਿਚ ਕੰਮ ਕਰਦੀ ਹਾਂ। ਕੰਮ ਤੇ 7.30 ਵਜੇ ਲਗਣ ਲਈ ਮੈਂ ਘਰ ਤੋਂ 7.00 ਵਜੇ ਚਲ ਪੈਂਦੀ ਹਾਂ। ਮੈਂ ਸਵੇਰੇ 6.30 ਵਜੇ ਸੁੱਤੀ ਉਠ ਕੇ ਆਪਣਾ ਹਥ ਮੂੰਹ ਧੋ ਕੇ ਅਤੇ ਕੁਝ ਖਾ ਪੀ ਕੇ 7.05 ਤੇ ਲਾਗੇ ਦੇ ਬਸ ਸਟੈਂਡ ਤੇ ਪਹੁੰਚ ਜਾਂਦੀ ਹਾ। ਕਲ੍ਹ ਜਦੋਂ ਮੈਂ ਸਵੇਰੇ ਉਠੀ ਅਤੇ ਬਾਹਰ ਨਜ਼ਰ ਮਾਰੀ, ਤਾਂ ਬੜੀ ਹੈਰਾਨੀ ਹੋਈ। ਸਾਰੇ ਪਾਸੇ ਸਫ਼ੈਦੀ ਹੀ ਸਫ਼ੈਦੀ ਇਸ ਤਰ੍ਹਾਂ ਲਗਦੀ ਸੀ ਕਿ ਜਿਸ ਤਰ੍ਹਾਂ ਧਰਤੀ ਉਤੇ ਕਿਸੇ ਨੇ ਰੂੰ ਹੀ ਰੂੰ ਵਿਛਾ ਦਿਤੀ ਹੋਵੇ।

ਹਰ ਰੋਜ਼ ਦੀ ਤਰ੍ਹਾਂ ਕੰਮ ਤੇ ਜਾਣ ਲਈ ਤਿਆਰ ਹੋਈ। ਦਿਲ ਤਾਂ ਬਾਹਰ ਨਿਕਲਣ ਨੂੰ ਨਹੀਂ ਕਰਦਾ ਸੀ ਪਰ ਮਜ਼ਬੂਰੀ ਸੀ। ਬਾਹਰ ਪੈਰ ਧਰ ਕੇ ਦੇਖਿਆ ਤਾਂ ਅੱਖਾਂ ਚੁੰਧਿਆ ਗਈਆਂ। ਹੌਲੀ ਹੌਲੀ ਬੱਸ ਅੱਡੇ ਨੂੰ ਪੈਰ ਪੁਟਣੇ ਸ਼ੁਰੂ ਕੀਤੇ। ਕਾਰਾਂ ਅਤੇ ਬਸਾਂ ਜੂੰ ਦੀ ਚਾਲੇ ਚਲ ਰਹੀਆਂ ਸਨ। ਭਾਵੇਂ ਵੱਡੀਆਂ ਸੜਕਾਂ ਕੁਝ ਸਾਫ਼ ਹੋ ਗਈਆਂ ਸਨ ਪਰ ਫਿਰ ਵੀ ਕਾਫ਼ੀ ਬਰਫ਼ ਸੜਕਾਂ ਵਿਚ ਹਾਲੇ ਪਈ ਸੀ। ਜ਼ਿਆਦਾ ਲੋਕਾਂ ਨੇ ਬਰਫ਼ ਉਤੇ ਚਲਣ ਵਾਲੀਆਂ ਜੁਤੀਆਂ ਪਾਈਆਂ ਹੋਈਆਂ ਸਨ ਅਤੇ ਬਗੈਰ ਡਿਗਣ ਦੇ ਡਰ ਤੋਂ ਤੁਰ ਰਹੇ ਸਨ। ਪਰ ਮੈਂ ਆਮ ਪਹਿਨਣ ਵਾਲੀ ਜੁਤੀ ਹੀ ਪਾਈ ਹੋਈ ਸੀ। ਇਸੇ ਕਰਕੇ ਮੈਂ ਦੋ ਵਾਰ ਤਿਲਕਦੀ ਤਿਲਕਦੀ ਮਸਾਂ ਬਚੀ।

ਥੋੜ੍ਹੀ ਵਾਟ ਤੁਰਨ ਤੋਂ ਇਸ ਤਰ੍ਹਾਂ ਮਲੂਮ ਹੁੰਦਾ ਸੀ ਕਿ ਜਿਸ ਤਰ੍ਹਾਂ ਕਿਸੇ ਨੇ ਜੁੱਤੀ ਵਿਚ ਬਰਫ਼ ਰਖ ਦਿਤੀ ਹੋਵੇ ਜਾਂ ਪੈਰ ਚੀਜ਼ਾਂ ਠੰਡੀਆਂ ਕਰਨ ਵਾਲੀ ਮਸ਼ੀਨ ਵਿਚ ਰਖ ਦਿੱਤੇ ਹੋਣ। ਸੋ ਇਸ ਤਰ੍ਹਾਂ ਪੰਜ ਮਿੰਟਾਂ ਦਾ ਸਫ਼ਰ ਪੰਦਰਾਂ ਮਿੰਟਾਂ ਵਿਚ ਮੁਕਾ ਕੇ, ਬੱਸ ਅੱਡੇ ਤੇ ਪਹੁੰਚੀ। ਬੱਸ ਅੱਡੇ ਤੇ ਜਾ ਕੇ ਵੇਖਿਆ ਕਿ ਕਾਫ਼ੀ ਲੰਮੀ ਕਤਾਰ ਲਗੀ ਹੋਈ ਸੀ। ਕੁਝ ਸਮਾਂ ਉਡੀਕ ਕਰਨ ਬਾਅਦ ਬੱਸ ਆਈ. ਅਤੇ ਸਾਰੇ ਮੁਸਾਫ਼ਰਾਂ ਨੂੰ ਚਾੜ੍ਹ ਕੇ ਜ਼ਖ਼ਮੀ ਘੋੜੇ ਵਾਂਗੂ ਤੁਰਨ ਲਗੀ। ਹਾਲੇ ਬਸ ਥੋੜ੍ਹੀ ਹੀ ਦੂਰ ਗਈ ਸੀ ਕਿ ਜ਼ੋਰ ਨਾਲ ਇਕ ਝਟਕਾ ਵਜਿਆ। ਸਾਰੀਆਂ ਸਵਾਰੀਆਂ ਡਰ ਗਈਆਂ। ਜਿਹੜੀਆਂ ਸਵਾਰੀਆਂ ਅਣਭੋਲ ਬੈਠੀਆਂ ਸਨ ਉਨ੍ਹਾਂ ਨੇ ਤੇ ਆਪਣੇ ਮੱਥਿਆਂ ਵਿਚ ਸੱਟਾਂ ਵੀ ਲਗਵਾ ਲਈਆਂ ਸਨ।

ਜਦੋਂ ਅਸੀਂ ਬਾਹਰ ਦੇਖਿਆ ਤਾਂ ਪਤਾ ਲਗਿਆ ਕਿ ਇਕ ਦੁਰਘਟਨਾ ਵਾਪਰੀ

ਹੋਈ ਸੀ। ਪੁਲੀਸ ਦੀਆਂ ਕਈ ਕਾਰਾਂ ਵੀ ਖੜੀਆਂ ਸਨ। ਸਾਡੀ ਬਸ ਦੇ ਡਰਾਈਵਰ ਨੇ ਦੱਸਿਆ ਕਿ ਤਿੰਨ ਚਾਰ ਕਾਰਾਂ ਬਰਫ ਉੱਤੇ ਤਿਲਕਣ ਨਾਲ ਆਪਸ ਵਿੱਚ ਟਕਰਾ ਗਈਆਂ ਸਨ। ਪਰੰਤੂ ਕੋਈ ਜਾਨੀ ਨੁਕਸਾਨ ਨਹੀਂ ਸੀ ਹੋਇਆ। ਇਸ ਤਰ੍ਹਾਂ ਆਪਣਾ ਸਫ਼ਰ ਮੁਕਾਉਂਦੀ ਬੱਸ ਉਸ ਥਾਂ ਤੇ ਪਹੁੰਚ ਗਈ ਜਿਥੇ ਕਿ ਮੈਂ ਉਤਰਨਾ ਸੀ। ਬੱਸ ਤੋਂ ਉਤਰ ਕੇ ਮੈਂ ਫੈਕਟਰੀ ਵੱਲ ਨੂੰ ਚਲ ਪਈ। ਇਹ ਇੱਕ ਨਾ ਭੁੱਲਣ ਵਾਲਾ (ਅਭੁੱਲ) ਬਰਫੀਲਾ ਦਿਨ ਸੀ।

Exercise 11

Translate into English the following passages.

(a) Balbir's quests

ਐਤਵਾਰ ਸਵੇਰੇ ਹੀ ਬਲਬੀਰ ਨੂੰ ਦਰਸ਼ਣ ਦਾ ਟੈਲੀਫ਼ੂਨ ਆ ਗਿਆ। ਉਸ ਨੇ ਦੱਸਿਆ ਕਿ ਉਹ ਸ਼ਾਮ ਨੂੰ ਸਮੇਤ ਪਰਿਵਾਰ ਉਨ੍ਹਾਂ ਕੋਲ ਪੁੱਜ ਰਿਹਾ ਹੈ। ਮਹਿਮਾਨਾਂ ਵਾਸਤੇ ਕਈ ਪ੍ਰਕਾਰ ਦੇ ਭੋਜਨ ਬਣਾਏ ਗਏ। ਸਾਰੇ ਘਰ ਦੀ ਸਫ਼ਾਈ ਕੀਤੀ ਗਈ। ਫਿਰ ਬਲਬੀਰ ਤੇ ਉਸ ਦੀ ਪਤਨੀ ਦੋਵੇਂ ਉਨ੍ਹਾਂ ਦਾ ਇੰਤਜ਼ਾਰ ਕਰਨ ਲੱਗ ਪਏ। ਆਖਿਰ ਦਰਸ਼ਨ ਨੇ ਆ ਬੂਹਾ ਖੜਕਾਇਆ। ਬਲਬੀਰ ਨੇ ਦਰਵਾਜ਼ਾ ਖੋਲ੍ਹਿਆ ਤੇ ਥੋੜੀ ਜਿਹੀ ਝਿਜਕ ਮਗਰੋਂ ਦਰਸ਼ਨ ਨੂੰ ਜੱਫੀ ਪਾ ਲਈ। ਭਾਵੇਂ ਉਹ ਵੀਹ ਸਾਲ ਬਾਅਦ ਮਿਲੇ ਸਨ ਪਰ ਫਿਰ ਵੀ ਇੱਕ ਦੂਜੇ ਨੂੰ ਪਛਾਨਣ ਵਿੱਚ ਉਨ੍ਹਾਂ ਨੂੰ ਬਹੁਤੀ ਦੇਰ ਨਾ ਲੱਗੀ।

'ਬਲਬੀਰ ਇਹ ਤੇਰੀ ਭਰਜਾਈ ਏ'। ਦਰਸ਼ਨ ਨੇ ਆਪਣੀ ਪਤਨੀ ਵੱਲ ਇਸ਼ਾਰਾ ਕਰਕੇ ਆਖਿਆ। ਬਲਬੀਰ ਉਨ੍ਹਾਂ ਨੂੰ ਫਰੰਟ ਰੂਮ ਵਿੱਚ ਲੈ ਆਇਆ। ਚਾਹ ਪਾਣੀ ਪੀਂਦੇ ਉਹ ਦੋਵੇਂ ਆਪਣੀਆਂ ਪੁਰਾਣੀਆਂ ਯਾਦਾਂ ਤਾਜ਼ਾ ਕਰਦੇ ਰਹੇ।

JMB 1986

(b) Surjit's home sickness

ਸ਼ਾਮੀ ਕੰਮ ਤੋਂ ਥੱਕਿਆ ਸੁਰਜੀਤ ਘਰ ਆਇਆ ਤਾਂ ਸਿੱਧਾ ਆਪਣੇ ਕਮਰੇ ਵਿੱਚ ਜਾ ਲੰਮਾ ਪੈ ਗਿਆ। ਸਾਰੇ ਦਿਨ ਦੇ ਕੰਮ ਨਾਲ ਉਸ ਦਾ ਅੰਗ ਅੰਗ ਦੁਖ ਰਿਹਾ ਸੀ। ਕੁਝ ਸਮਾਂ ਅਰਾਮ ਕਰਨ ਮਗਰੋਂ ਹੱਥ ਮੂੰਹ ਧੋ ਕੇ ਉਹ ਚਾਹ ਬਨਾਉਣ ਲਈ ਰਸੋਈ ਵਿੱਚ ਚਲਾ ਗਿਆ।

ਸਾਰੀ ਰਸੋਈ ਸਿਗਰਟਾਂ ਦੇ ਧੂੰਏ ਨਾਲ ਭਰੀ ਪਈ ਸੀ। ਘਰ ਦਾ ਸੁਕੜੂ ਜਿਹਾ ਮਾਲਕ ਦਿਨ ਰਾਤ ਸਿਗਰਟਾਂ ਪੀਂਦਾ ਰਹਿੰਦਾ ਸੀ। ਏਸੇ ਗੱਲੋਂ ਉਨ੍ਹਾਂ ਦਾ ਝਗੜਾ ਵੀ ਰਹਿੰਦਾ ਸੀ। ਕਈ ਵਾਰ ਤੂੰ ਤੂੰ ਮੈਂ ਮੈਂ ਵੀ ਹੋ ਚੁੱਕੀ ਸੀ। ਕਪੜੇ ਬਦਲ ਕੇ ਸੁਰਜੀਤ ਆਪਣੇ ਬਿਸਤਰੇ ਵਿੱਚ ਵੜ ਗਿਆ। ਇਤਨੀ ਥਕਾਵਟ ਦੇ ਬਾਵਜੂਦ ਵੀ ਉਸ ਨੂੰ ਨੀਂਦ ਨਹੀਂ ਆ ਰਹੀ। ਉਸ ਨੂੰ ਪਿਛਲੇ ਭਾਰਤੀ ਰਹਿੰਦੀ ਆਪਣੀ ਪਤਨੀ ਤੇ ਬੱਚੇ ਯਾਦ ਆਉਂਣ ਲੱਗੇ। ਇੰਜ ਪਤਾ ਨਹੀਂ ਕਿਹੜੇ ਸਮੇਂ ਉਸ ਦੀ ਅੱਖ ਲੱਗ ਗਈ।

JMB 1986

Exercise 12

Translate the following passages into English.

(a) Mohinder's loneliness

ਜਦੋਂ ਮਹਿੰਦਰ ਕੰਮ ਉੱਤੇ ਲੱਗਾ ਹੋਇਆ ਸੀ ਤਾਂ ਉਸ ਕੋਲ ਕਦੇ ਐਨਾਂ ਵਕਤ ਨਹੀਂ ਸੀ ਹੋਇਆ ਕਿ ਉਹ ਆਪਣੀ ਇੱਕਲਤਾ ਬਾਰੇ ਸੋਚ ਸਕਦਾ। ਕੰਮੋਂ ਆਉਂਦਾ, ਪੱਬ ਚਲੇ ਜਾਂਦਾ। ਜਾਂ ਤਾਂ ਉਥੇ ਹੀ ਬੀਅਰ ਨਾਲ ਸੈਂਡਵਿੱਚ ਖਾ ਆਉਂਦਾ, ਜਾਂ ਘਰ ਆ ਕੇ ਰੋਟੀ ਲਾਹ ਲੈਂਦਾ। ਫਿਰ ਥੱਕਿਆ ਟੁਟਿਆ ਸੌਂ ਜਾਂਦਾ ਕਿਉਂਕਿ ਸਵੇਰੇ ਸਵੇਰੇ ਕੰਮ ਉੱਤੇ ਪਰਤਣਾ ਹੁੰਦਾ ਸੀ।

ਐਤਵਾਰ ਨੂੰ ਉਹ ਛੁੱਟੀ ਕਰਦਾ, ਭਾਵੇਂ ਓਵਰ-ਟਾਈਮ ਦੇ ਦੂਣੇ ਪੈਸੇ ਮਿਲ ਸਕਦੇ ਹੁੰਦੇ। ਇਹ ਇੱਕ ਦਿਨ ਉਹ ਅਰਾਮ ਲਈ ਰੱਖਦਾ। ਇਸ ਦਿਨ ਉਹ ਟੈਲੀਵੀਜ਼ਨ ਦੇਖਦਾ, ਅਖਬਾਰ ਪੜ੍ਹਦਾ ਤੇ ਕਪੜੇ ਧੋਂਦਾ। ਸ਼ਾਮੀ ਉਹ ਸੀਮਤ ਜਿਹੇ ਆਪਣੇ ਮਿਤਰਾਂ ਦੇ ਘੇਰੇ ਵਿਚੋਂ ਕਿਸੇ ਇੱਕ ਨੂੰ ਮਿਲਣ ਚਲਾ ਜਾਂਦਾ। ਪਰ ਹੁਣ ਉਹ ਪਿਛਲੇ ਤਿੰਨਾਂ ਸਾਲਾਂ ਤੋਂ ਕੰਮੋਂ ਵਿਹਲਾ ਸੀ। ਮਾਲਕਾਂ ਨੂੰ ਨਵੇਂ ਆਰਡੱਰ ਨਾ ਮਿਲਣ ਕਾਰਣ, ਉਸ ਦੀ ਫੈਕਟਰੀ ਬੰਦ ਹੋ ਗਈ ਸੀ।

JMB 1988

(b) Theft in the neighbourhood

ਬੱਸ ਦੇ ਅੱਡੇ ਤੋਂ ਸਾਡੇ ਘਰ ਦਾ ਫ਼ਾਸਲਾ ਕੋਈ ਅੱਧੇ ਮੀਲ ਦਾ ਹੋਵੇਗਾ। ਗਰਮੀਆਂ ਹੋਣ ਭਾਵੇਂ ਸਰਦੀਆਂ, ਇਹ ਫ਼ਾਸਲਾ, ਸਵੇਰੇ, ਸ਼ਾਮ ਮੈਂ ਪੈਦਲ ਹੀ ਕਰਦਾ। ਰਸਤੇ ਵਿੱਚ ਸੇਠ ਬਨਵਾਰੀ ਲਾਲ ਦੀ ਦੁਕਾਨ ਪੈਂਦੀ ਸੀ। ਚੰਗਾ, ਚੋਖਾ ਵਪਾਰ ਸੀ ਉਨ੍ਹਾਂ ਦਾ। ਪਹਿਲੇ ਦੁਕਾਨ ਛੋਟੀ ਜਿਹੀ ਸੀ। ਫੇਰ ਉਨ੍ਹਾਂ ਨੇ ਉਸ ਨੂੰ ਖੁਲ੍ਹਾ ਕਰ ਲਿਆ। ਸਾਡੇ ਵੇਖਦੇ ਵੇਖਦੇ ਦੁਕਾਨ ਦੇ ਉੱਤੇ ਰਹਿਣ ਦਾ ਫ਼ਲੈਟ ਬਣਾ ਲਿਆ। ਅੱਜਕਲ੍ਹ ਸੇਠ ਜੀ ਦਾ ਪਰਿਵਾਰ ਦੁਕਾਨ ਉੱਤੇ ਹੀ ਰਹਿੰਦਾ ਸੀ।

ਹਰ ਸ਼ਾਮ ਜਦੋਂ ਮੈਂ ਦਫਤਰ ਤੋ ਮੁੜਦਾ, ਸੇਠ ਜੀ ਮੈਨੂੰ ਰੋਕ ਕੇ ਗੱਲੀਂ ਲਾ ਲੈਂਦੇ। ਸਾਰੇ ਆਂਢ-ਗੁਆਂਢ ਦੀ ਖਬਰ ਦੇਂਦੇ। ਅੱਜ ਮੈਨੂੰ ਉਹ ਦੱਸ ਰਹੇ ਸਨ ਕਿ ਉਨ੍ਹਾਂ ਦੇ ਨਾਲ ਵਾਲੇ ਮਕਾਨ ਵਿੱਚ ਕਲ੍ਹ ਰਾਤ ਚੋਰੀ ਹੋ ਗਈ ਹੈ। ਚੋਰ ਪਿਛਲੀ ਖਿੜਕੀ ਰਾਹੀਂ ਘਰ ਵਿੱਚ ਆਏ ਅਤੇ ਨਕਦੀ, ਗਹਿਣੇ ਤੇ ਕੀਮਤੀ ਕਪੜੇ ਲੈ ਗਏ ਹਨ।

JMB 1988

Exercise 13

Translate the following passages into English.

(a) Women and jewellery

ਗਹਿਣਿਆ ਦਾ ਇਤਿਹਾਸ ਸ਼ਾਇਦ ਉਂਨਾ ਹੀ ਪੁਰਾਣਾ ਹੈ ਜਿੰਨਾ ਖੁਦ ਮਨੁੱਖ ਦਾ। ਅਜਿਹਾ ਕਿਹੜਾ ਯੁੱਗ ਹੋਵੇਗਾ ਜਿਸ ਵਿੱਚ ਔਰਤਾਂ ਨੂੰ ਸਜਣ ਸੰਵਰਨ ਦਾ ਸ਼ੌਕ ਨਾ ਰਿਹਾ ਹੋਵੇ? ਪੁਰਾਤਨ ਕਾਲ ਵਿੱਚ ਅਜਿਹੇ ਗਹਿਣੇ ਬਣਾਏ ਜਾਂਦੇ ਸਨ ਜੋ ਹਰ ਰੋਜ਼ ਇੱਛਾ ਅਨੁਸਾਰ ਬਦਲੇ ਜਾ ਸਕਣ। ਆਦਿ ਵਾਸੀ ਸਮਾਜ ਵਿੱਚ ਆਸ ਪਾਸ ਮਿਲਣ ਵਾਲੀਆਂ ਧਾਤੂਆਂ ਤੇ ਵਸਤੂਆਂ ਤੋਂ ਗਹਿਣੇ ਤਿਆਰ ਕੀਤੇ ਜਾਂਦੇ ਸਨ। ਆਰੰਭ ਵਿੱਚ ਪੱਥਰਾਂ, ਹੱਡੀਆਂ ਅਤੇ ਵਿਸ਼ੇਸ਼ ਕਿਸਮ ਦੀ ਲਕੜੀ ਤੋਂ ਤਿਆਰ ਕੀਤੇ ਗਏ ਗਹਿਣੇ ਪਾਏ ਜਾਂਦੇ ਸਨ। ਫਿਰ ਔਰਤ ਨੂੰ ਬੀਜ, ਘੋਗੇ ਸਿੱਪੀਆਂ ਅਤੇ ਮੋਤੀ ਆਦਿ ਦੇ ਗਹਿਣਿਆਂ ਨੇ ਪ੍ਰਭਾਵਤ ਕੀਤਾ, ਜਿਸ ਤੋਂ ਬਾਅਦ ਚਮਕ ਦਮਕ ਵਾਲੇ ਪੱਥਰਾਂ ਅਤੇ ਮਹਿੰਗੀਆਂ ਧਾਤੂਆਂ ਨੇ ਔਰਤਾਂ ਦਾ ਮਨ ਮੋਹ ਲਿਆ। ਸੋਨੇ, ਚਾਂਦੀ, ਅਤੇ ਹੀਰੇ ਜਵਾਹਰਾਤਾਂ ਦਾ ਮੋਹ ਤਾਂ ਔਰਤ ਅੱਜ ਤੱਕ ਵੀ ਨਹੀਂ ਛੱਡ ਸਕੀ।
।

JMB 1990

(b) Jawahar Lal's promise

6 ਜੁਲਾਈ 1946 ਜਵਾਹਰ ਲਾਲ ਦੀ ਪ੍ਰਧਾਨਗੀ ਵਿੱਚ ਕੱਲਕਤਾ ਵਿੱਚ ਕਾਂਗਰਸ ਅਜਲਾਸ ਹੋਇਆ ਤਾਂ ਜਵਾਹਰ ਲਾਲ ਨੇ ਸਿੱਖਾਂ ਬਾਰੇ ਇੱਕ ਪ੍ਰੈਸ ਕਾਨਫਰੰਸ ਵਿੱਚ ਬਿਆਨ ਦਿੱਤਾ ਕਿ 'ਪੰਜਾਬ ਦੇ ਬਹਾਦਰ ਸਿੱਖ ਵਿਸ਼ੇਸ਼ ਸਲੂਕ ਦੇ ਹੱਕਦਾਰ ਹਨ। ਮੈਨੂੰ ਕੋਈ ਇਤਰਾਜ਼ ਨਹੀਂ ਕਿ ਹਿੰਦੁਸਤਾਨ ਦੇ ਉੱਤਰ ਵਿੱਚ ਅਜਿਹਾ ਇਲਾਕਾ ਵੱਖਰਾ ਕਰ ਦਿੱਤਾ ਜਾਵੇ ਜਿੱਥੇ ਸੁਤੰਤਰਤਾ ਦਾ ਨਿੱਘ ਸਿੱਖਾਂ ਨੂੰ ਵੀ ਮਹਿਸੂਸ ਹੋਵੇ।' ਸਿੱਖ ਸੋਚਣ ਲੱਗੇ ਕਿ ਆਜ਼ਾਦ ਭਾਰਤ ਵਿੱਚ ਉਹ ਪੰਜਾਬ ਦੇ ਮਾਲਕ ਹੋਣਗੇ।

9 ਦਸੰਬਰ 1964 ਨੂੰ ਜਵਾਹਰ ਲਾਲ ਨੇ ਭਾਰਤੀ ਪਾਰਲੀਮੈਂਟ ਵਿੱਚ ਪ੍ਰਸਤਾਵ ਪਾਸ ਕਰਾਇਆ 'ਘੱਟ ਗਿਣਤੀਆਂ ਤੇ ਪਛੜੀਆਂ ਜਾਤੀਆਂ ਦੀ ਪੂਰੀ ਪੂਰੀ ਰੱਖਿਆ ਕਰਾਂਗੇ। ਇਹ ਸਾਡਾ ਐਲਾਨ ਹੈ, ਦਿੱਤਾ ਹੋਇਆ ਬਚਨ ਹੈ ਅਤੇ ਸੰਸਾਰ ਦੇ ਸਾਹਮਣੇ ਪ੍ਰਤਿੱਗਿਆ ਹੈ। ਇਹ ਇੱਕ ਇਕਰਾਰ ਨਾਮਾ ਹੈ ਜੋ ਧਾਰਮਕ ਸੌਂਹ ਵਾਂਗ ਹੈ।'

JMB 1990

Chapter 5

Reading Passages :

1

ਪੂਰਨ ਚੰਦ ਨੂੰ ਸੁਪਨੇ ਵਿਚ ਵੀ ਆਸ ਨਹੀਂ ਸੀ ਕਿ ਉਹ ਏਡੀ ਸ਼ਾਨਦਾਰ ਕਿਸਮਤ ਦਾ ਮਾਲਕ ਬਣੇਗਾ—ਇਕ ਅਮੀਰ ਦਾ ਜੁਆਈ ਹੀ ਨਹੀਂ—ਘਰ-ਜੁਆਈ ਵੀ। ਖ਼ੁਸ਼ੀ ਨਾਲ ਉਸ ਦੀਆਂ ਅੱਖਾਂ ਚਮਕ ਉਠੀਆਂ ਜਦ ਅਚਾਨਕ ਹੀ ਲਾਲਾ **ਦੇਵਰਾਜ** ਦੀ ਲੜਕੀ ਨਾਲ ਉਸ ਦੀ ਕੁੜਮਾਈ, ਤੇ ਇਸ ਤੋਂ ਬਾਅਦ ਛੇਤੀ ਹੀ ਵਿਆਹ ਹੋ ਗਿਆ। ਵਿਆਹ ਵਿਚ ਉਸ ਨੂੰ ਇਤਨਾ ਦਾਜ ਮਿਲਿਆ ਕਿ ਉਸ ਦਾ ਅੰਦਰ ਬਾਹਰ ਤੂਸਿਆ ਗਿਆ। ਏਦੂੰ ਵੀ ਵਡੀ ਚੀਜ਼ ਜਿਸ ਨੇ ਉਸ ਦੀਆਂ ਨਜ਼ਰਾਂ ਨੂੰ ਸਤਵੇਂ ਆਕਾਸ਼ ਪਹੁੰਚਾ ਦਿਤਾ— ਇਹ ਆਸ ਦਿਵਾਈ ਗਈ ਕਿ **ਊਸ਼ਾ** ਦੇ ਪੇਕਿਆਂ ਦੀ ਜਾਇਦਾਦ ਦਾ ਉਹੀ ਵਾਰਸ ਬਣੇਗਾ।

ਪੂਰਨ ਚੰਦ ਨੂੰ ਏਨੀ ਭਾਰੀ ਖ਼ੁਸ਼ੀ ਦੇ ਨਾਲ ਇਕ ਹਸਰਤ ਵੀ ਰਹਿ ਗਈ—ਸੋਹਣੀ ਵਹੁਟੀ ਨਾ ਮਿਲਣ ਦੀ। ਪਰ ਇਸ ਨੂੰ ਉਹ ਲੇਖਾਂ ਸੰਜੋਗਾਂ ਦੀ ਗੱਲ ਕਹਿ ਕੇ ਦਿਲ ਨੂੰ ਧੀਰਜ ਦੇ ਲੈਂਦਾ।

ਵਿਆਹ ਤੋਂ ਬਾਅਦ ਕੁਝ ਚਿਰ **ਊਸ਼ਾ** ਪੇਕੇ ਹੀ ਰਹੀ ਸੀ, ਤੇ ਪਿਛਲੇ ਮਹੀਨੇ ਉਹ ਸਹੁਰੇ ਆਈ ਹੈ। **ਊਸ਼ਾ** ਦੇ ਨਕਸ਼ ਨੈਣ ਇਤਨੇ ਮਾੜੇ ਨਹੀਂ, ਪਰ ਰੰਗ ਗੋਰਾ ਨਾ ਹੋਣ ਕਰ ਕੇ ਉਹ ਆਮ ਅੱਖਾਂ ਲਈ ਬਦ-ਸ਼ਕਲ ਹੀ ਖ਼ਿਆਲ ਕੀਤੀ ਜਾਂਦੀ ਹੈ।

J.M.B. 1984

2

"ਕੋਈ ਆ ਕੇ ਦੇਖੇਗਾ, ਤਾਂ ਕੀ ਆਖੇਗਾ ?" ਹਰਪਾਲ ਦੇ ਸਾਹਮਣੇ ਇਕ ਮੁਸ਼ਕਲ ਸੀ ਜਿਹੜੀ ਹਲ ਨਹੀਂ ਹੋ ਰਹੀ ਸੀ, ਇਕ ਦਰਿਆ ਸੀ, ਜਿਹੜਾ ਤਰਿਆ ਨਹੀਂ ਸੀ ਜਾ

ਸਕਦਾ। ਉਸ ਦੇ ਦਿਮਾਗ ਵਿਚ ਸੈਂਕੜੇ ਸੂਈਆਂ ਚੁਭੀਆਂ ਪਈਆਂ ਸਨ ਅਤੇ ਉਸ ਦਾ ਦਿਲ ਕਮਲਾ ਹੋਇਆ ਪਿਆ ਸੀ।

"ਜਿਹੜਾ ਕੁਝ ਕਿਸੇ ਨੇ ਆ ਕੇ ਕਹਿਣਾ ਏਂ, ਉਹ ਤੂੰ ਕਹਿ ਲੈ।" ਦੀਪੋ ਆਖਰ ਨੂੰ ਫ਼ਿਸ ਈ ਪਈ।'

ਹਰਪਾਲ ਦਾ ਮੂੰਹ ਉਤਰਿਆ ਹੋਇਆ ਸੀ। ਉਸ ਦੀਪੋ ਨੂੰ ਦਿਲ-ਪਰਚਾਵੇ ਜਾਂ ਆਪਣੇ ਜ਼ਖ਼ਮ ਦੀ ਮਲ੍ਹਮ ਵਜੋਂ ਹਸਾਇਆ ਤੇ ਪ੍ਰਸੰਸਾਇਆ ਸੀ, ਪਰ ਇਹ ਖੇਡ ਪਿਆਰ ਦੀ ਠੋਸ ਸ਼ਕਲ ਧਾਰ ਕੇ ਜ਼ਿੰਦਗੀ ਮੌਤ ਦਾ ਦੋਰਾਹਾ ਮੱਲ ਖਲੋਤੀ ਸੀ। ਇਸ ਵੇਲੇ ਆਪਣੀ ਗ਼ਲਤੀ ਅਤੇ ਨਿੱਗਰ ਸਚਾਈ ਉਸ ਨੂੰ ਜ਼ਿਬਾਹ ਕਰੀ ਜਾ ਰਹੀਆਂ ਸਨ।

"ਹੁਣ ਤੇਰੀ ਸਲਾਹ ਕੀ ਹੈ।" ਹਰਪਾਲ ਨੇ ਅਜਿਹੀ ਸਖ਼ਤੀ ਨਾਲ ਪੁਛਿਆ, ਜਿਹੜੀ ਆਪੇ ਵਿਚ ਪਤਲੀ ਹੋਣ ਨਾਲ ਹਾਸੋ ਹੀਣੀ ਵੀ ਸੀ।

"ਮੇਰੀ ਸਲਾਹ, ਮੇਰੀ ਸਲਾਹ ਕੋਈ ਨਹੀਂ, ਪਰ ਮੈਂ ਬਾਂਹ ਤੋਂ ਨਾਂਵਾਂ ਨਹੀਂ ਲੁਹਾਣਾ।" ਜਾਪਦਾ ਸੀ, ਦੀਪੋ ਦੇ ਪਿਆਰ ਨੂੰ ਕਿਸੇ ਤਰ੍ਹਾਂ ਵੀ ਠੱਲ੍ਹ ਨਹੀਂ ਪਾਈ ਜਾ ਸਕਦੀ।

J.M.B 1981

3

'ਤੇਰਾ ਬੱਛਰੂ ਜਿਹਾ ਆਂਹਦਾ ਏ ਸ਼ਰਾਬ ਨਹੀਂ ਪੀਣ ਦੇਣੀ; ਅਸੀਂ ਸੋਡੇ ਵਾਲੇ ਅਮਰਨਾਥ ਕੇ ਪੀਂਦੇ ਆਂ। ਘੁਟ ਲੈਣੀ ਹੋਵੇ ਤਾਂ ਆ ਜਾਵੇ।"

ਨੰਗੀਆਂ ਬੋਤਲਾਂ ਫੜੀ ਉਹ ਬਾਜ਼ਾਰ ਲੰਘਦੇ ਅਮਰਨਾਥ ਕੇ ਆ ਬੈਠੇ। ਇਸ ਤਰ੍ਹਾਂ ਦਾ ਮੁਜ਼ਾਹਰਾ ਉਹਨਾਂ ਪਹਿਲਾਂ ਕਦੇ ਨਹੀਂ ਕੀਤਾ ਸੀ। ਥੋੜੇ ਚਿਰ ਪਿਛੋਂ ਥਾਣੇਦਾਰ ਵੀ ਚਾਰ ਸਿਪਾਹੀਆਂ ਨਾਲ ਸਿਰ ਉਤੇ ਆ ਖਲੋਤਾ। 'ਬਾਂ ਬਾਂ' ਤਾਂ ਪਹਿਲਾਂ ਹੀ ਹੋ ਚੁੱਕੀ ਸੀ; ਚੰਗਾ ਖ਼ਾਸਾ ਤਮਾਸ਼ਾ ਜੁੜ ਗਿਆ।

"ਉਠੋ ਓਏ ਸਾਧੋ, ਤੁਰੋ ਥਾਣੇ ਨੂੰ, ਤੁਸੀਂ ਵੀ ਕਈ ਐਤਵਾਰ ਲੰਘਾਏ ਐ?" ਮਹਿਤੇ ਨੇ ਨਾਸਾਂ ਵਿਚੋਂ ਫੂੰਕਾਰੇ ਮਾਰਨੇ ਸ਼ੁਰੂ ਕਰ ਦਿਤੇ।

"ਮੁੰਦਰਾ, ਥਾਣੇਦਾਰ ਘੁਟ ਮੰਗਦਾ ਏ।" ਬਾਵੇ ਨੇ ਥਾਣੇਦਾਰ ਦਾ ਆਉਣਾ ਤੇ ਕਹਿਣਾ ਭੋਰਾ ਨਾ ਗੌਲਿਆ, ਅਤੇ ਬੋਤਲ ਚੁਕ ਕੇ ਗਲਾਸਾਂ ਵਿਚ ਸ਼ਰਾਬ ਪਾਉਣ ਲਗ ਪਿਆ।

"ਪੂਰਿਆ ! ਮਹਿਤਾ ਚੌਰੀਂ ਝੱਖ ਮਾਰਦਾ ਏ ਅਜ ਇਸ ਨੂੰ ਸਾਹਮਣੇ ਪਿਆਉਣੀ ਏ।" ਮੁੰਦਰ ਨੇ ਸ਼ਰਾਬ ਦੀ ਘੁਟ ਭਰ ਕੇ ਪਿਚਕਾਰੀ ਥਾਣੇਦਾਰ ਦੇ ਮੂੰਹ ਤੇ ਮਾਰੀ। ਪੋਲੀਸ ਅਫ਼ਸਰ ਨੇ ਉਸ ਦੇ ਮੱਢੇ ਉਤੇ ਬੈਂਤ ਧਰ ਦਿਤੀ, ਦੂਜੀ ਘੁਟ ਬਾਵੇ ਨੇ ਪਿਚਕਾਰ ਦਿਤੀ।

J.M.B. 1981

4

ਉਹਨੂੰ ਪੱਛਮੀ ਸੰਗੀਤ ਬੇਹੱਦ ਪਸੰਦ ਸੀ। ਪੱਛਮੀ ਧੁਨਾਂ ਤੇ ਆਧਾਰਤ ਜਦੋਂ ਕੋਈ ਦੇਸੀ ਗਾਣਾ ਆਉਂਦਾ ਹੈ ਤਾਂ ਉਹ ਨਚਣ ਦੀ ਹੱਦ ਤਕ ਝੂੰਮ ਉਠਦਾ। ਸਿਗਰਟ ਦੇ ਡੂੰਘੇ ਡੂੰਘੇ ਕਸ਼ ਖਿੱਚਦਾ। ਉਹਦੇ ਮੂੰਹ 'ਚੋਂ ਧੂੰਏਂ ਦੇ ਛੱਲੇ ਨਿਕਲਦੇ ਤੇ ਛੱਤ ਨਾਲ ਲਗ ਕੇ ਟੁੱਟ ਜਾਂਦੇ। ਉਹਦੀਆਂ ਅੱਖਾਂ 'ਚ ਇਕ ਅਨੋਖਾ ਨਸ਼ਾ ਆ ਜਾਂਦਾ। ਉਹਦਾ ਸਮੁੱਚਾ ਆਪਾ ਮੁਗਧ ਹੋ ਜਾਂਦਾ। ਇਸ ਨਸ਼ੇ 'ਚ ਕਦੇ ਕਦੇ ਉਹ ਬੇਚੈਨੀ ਮਹਿਸੂਸ ਕਰਦਾ ਤੇ ਕੁਰਸੀ ਉਤੇ ਬੈਠਾ ਖੱਬੇ ਸੱਜੇ ਡੋਲਣ ਲੱਗ ਪੈਂਦਾ। ਮੈਨੂੰ ਦੁਬਾਰਾ ਚਾਹ ਬਣਾਉਂਦਾ ਦੇਖ ਕੇ ਉਹ ਕੁਝ ਚੈਨ ਜਿਹੀ 'ਚ ਆ ਜਾਂਦਾ। ਖੱਦ ਖੱਦ ਕਰ ਕੇ ਕੇਤਲੀ 'ਚ ਰਿੱਝਦਾ ਪਾਣੀ ਦੇਖ ਕੇ ਉਹਦੇ ਹੱਡਾਂ 'ਚ ਗਰਮੀ ਆ ਜਾਂਦੀ। ਉਹ ਪੰਘਰਿਆ ਪੰਘਰਿਆ ਤਾਕੀ 'ਚੋਂ ਅੰਬਾਂ ਦੇ ਹਿਲਦੇ ਪੱਤੇ, ਦੇਖਣ ਲਗ ਜਾਂਦਾ।

ਮੈਨੂੰ ਉਹਦੀ ਇਹ ਹਾਲਤ ਦੇਖ ਕੇ ਤਰਸ ਆ ਜਾਂਦਾ। ਇਸੇ ਭਾਵਨਾ ਵਸ ਮੈਂ ਚਾਹ ਦੀ ਪੱਤੀ ਦਾ ਇਕ ਚਮਚਾ ਵਧ ਪਾ ਦੇਂਦਾ। ਮੈਨੂੰ ਪਤਾ ਹੈ ਕਿ ਜਿੰਨਾਂ ਚਿਰ ਚਾਹ ਦੇ ਪਾਣੀ ਦਾ ਰੰਗ ਰੱਮ ਵਰਗਾ ਨਾ ਹੋ ਜਾਏ ਉਹਨੂੰ ਚਾਹ ਸੁਆਦ ਨਹੀਂ ਲਗਦੀ। ਪਤਲੀ ਚਾਹ ਦੇਖ ਕੇ ਉਹਦੇ ਮੂੰਹ ਦਾ ਸੁਆਦ ਬਕਬਕਾ ਹੋ ਜਾਂਦਾ ਹੈ। ਉਹਦੀਆਂ ਅੱਖਾਂ 'ਚ ਨਿਰਾਸਤਾ ਆ ਜਾਂਦੀ ਹੈ ਤੇ ਹੱਡਾਂ 'ਚ ਬੇਮਲੂਮਾਂ ਜਿਹਾ ਦਰਦ ਹੋਣ ਲਗਦਾ ਹੈ।

J.M.B 1982

5

ਘਰ ਦੇ ਜੀਆਂ ਦੀ ਮਚਾਈ ਹਾਲ ਦੁਹਾਈ 'ਚ ਮੈਂ ਭਮੱਤਰਿਆ ਬੈਠਾ ਸਾਂ। ਪਿਛੋਂ ਲੋਕਾਂ ਨੇ ਮੈਨੂੰ ਨਿਮੋਹਰਾ ਕਿਹਾ। ਇਕ ਅਭਿੱਜ ਮਨੁੱਖ। ਜੋ ਆਪਣੇ ਬਾਪ ਦੀ ਮੌਤ ਉਤੇ ਵੀ ਨਹੀਂ ਸੀ ਰੋਇਆ। ਉਸ ਦਿਨ ਤੋਂ ਮੇਰਾ ਚਿਹਰਾ ਸਖ਼ਤ ਹੋ ਗਿਆ। ਇਕ ਘਿਨਾਉਣਾ ਅਹਿਸਾਸ ਗੋਲਾ ਬਣ ਕੇ ਮੇਰੇ ਅੰਦਰ ਉਤਰ ਗਿਆ। ਇਹ ਗ਼ਮ ਦਾ ਗੋਲਾ ਹੁਣ ਵੀ ਕਦੇ ਕਦੇ ਮੇਰੇ ਅੰਦਰ ਬੇਚੈਨ ਹੋ ਕੇ ਘੁੰਮਦਾ ਹੈ।

ਇਸ ਵੇਲੇ ਮੈਨੂੰ ਉਹ ਕੁੜੀ ਵੀ ਯਾਦ ਆ ਰਹੀ ਸੀ, ਜੋ ਨਿੱਕੇ ਹੁੰਦਿਆਂ ਮੇਰੇ

ਨਾਲ ਧੁੱਪ-ਛਾਉਂ ਖੇਡਦੀ ਹੁੰਦੀ ਸੀ। ਅਸੀਂ ਸਾਰੇ ਨਿੱਕੇ ਜਿਹੇ ਕੋਠੇ ਉੱਤੇ ਚੜ੍ਹ ਜਾਂਦੇ ਸਾਂ। ਆਪਣੇ ਆਲੇ-ਦੁਆਲੇ ਮੰਜੇ ਖੜੇ ਕਰਕੇ ਉਪਰ ਕਪੜਾ ਤਾਣ ਕੇ ਛਾਉਂ ਕਰ ਲੈਂਦੇ ਸਾਂ। ਇਸ ਖੇਡ 'ਚ ਛਾਂ ਸਦਾ ਉਹਦੇ ਹਿੱਸੇ ਆਉਂਦੀ। ਧੁੱਪ ਮੇਰੇ। ਮੈਂ ਧੁੱਪੇ ਬੈਠਾ ਲਾਲ ਸੂਹਾ ਹੋ ਜਾਂਦਾ ਸੀ। ਉਹ ਛਾਂਵੇਂ ਬੈਠੀ ਹਸਦੀ ਰਹਿੰਦੀ। ਫੇਰ ਉਹਨੂੰ ਜਿਵੇਂ ਮੇਰੇ ਤੇ ਤਰਸ ਆ ਜਾਂਦਾ। ਉਹ ਪਿਆਰ ਨਾਲ ਮੇਰੀ ਗਲ੍ਹ ਉੱਤੇ ਚੂੰਢੀ ਵਢਦੀ ਤੇ ਖਿੜ ਖਿੜ ਕਰ ਕੇ ਹਸਦੀ ਹਸਦੀ ਲੋਟ ਪੋਟ ਹੋ ਜਾਂਦੀ। "ਵੇ, ਆ ਜਾ ਕਮਲਿਆ, ਮੇਰੇ ਕੋਲ ਛਾਵੇਂ। ਨਹੀਂ ਤਾਂ ਧੁੱਪ 'ਚ ਬੈਠੇ ਦਾ ਰੰਗ ਕਾਲਾ ਹੋ ਜੂ। ਤਵੇ ਵਰਗਾ। ਫੇਰ ਤੇਰਾ ਵਿਆਹ ਵੀ ਨੀ ਹੋਣਾ।"

J.M.B. 1982

6

ਰਵਿੰਦਰ ਘਰ ਨੂੰ ਜਾਂਦਾ ਸੋਚ ਰਹਿਆ ਸੀ ਕਲ੍ਹ ਲਈ ਸਬਜ਼ੀ ਵੀ ਲੈ ਕੇ ਜਾਣੀ ਏਂ। ਨਲਕਾ ਠੀਕ ਕਰਨ ਵਾਲੇ ਨੂੰ ਵੀ ਕਹਿ ਕੇ ਜਾਣਾ ਏਂ, ਨਹੀਂ ਤਾਂ ਪਿਛੋਂ ਪਾਣੀ ਵੱਗੀ ਜਾਊ ਤੇ ਖ਼ਬਰੇ ਕਿੰਨਾ ਕੁ ਬਿੱਲ ਆ ਜਾਵੇ। ਕਲ੍ਹ ਨੂੰ ਸਾਹਿਬ ਦੇ ਨਾਲ ਜਾਣਾ ਏਂ, ਧੋਬੀ ਤੋਂ ਕੱਪੜੇ ਵੀ ਲੈ ਜਾਵਾਂ। ਇਉਂ ਹੀ ਫਿਰਦੇ ਫਿਰਾਂਦੇ ਨੂੰ ਉਹਨੂੰ ਨੌਂ ਵੱਜ ਗਏ। ਥੱਕਿਆ ਟੁੱਟਿਆ ਉਹ ਘਰ ਮੁੜਿਆ।

ਇੰਨੇ ਨੂੰ ਮੀਟਿੰਗ ਤੋਂ ਮੁੜ ਕੇ ਉਹਦੇ ਮਾਮਾ ਜੀ ਵੀ ਆ ਗਏ। ਬਾਰਾਂ ਇਕ ਵਜੇ ਤੀਕ ਉਹ ਗੱਲਾਂ ਕਰਦੇ ਰਹੇ। ਮਾਮਾ ਜੀ ਉਹਦੇ ਬੜੇ ਰੌਣਕੀ ਬੰਦੇ ਸਨ। ਕੋਈ ਸੁਣਨ ਵਾਲਾ ਹੋਵੇ, ਗੱਲਾਂ ਤਾਂ ਫੇਰ ਉਨ੍ਹਾਂ ਦੀਆਂ ਮੁਕਦੀਆਂ ਹੀ ਨਹੀਂ ਸਨ। ਫਿਰ ਵਿਚੋਂ ਹੀ ਪਤਾ ਨਹੀਂ ਕਿਹੜੇ ਵੇਲੇ ਉਹਨੂੰ ਨੀਂਦ ਆ ਗਈ ਸੀ। 'O' J.M.B. 1984

7

ਵੀਰਾਂ ਦੋ ਸਾਲਾਂ ਤੋਂ ਇਸ ਦਫ਼ਤਰ ਵਿਚ ਕੰਮ ਕਰ ਰਹੀ ਸੀ। ਖ਼ਾਮੋਸ਼ ਗੰਭੀਰ **ਵੀਰਾਂ** ਵਕਤ ਸਿਰ ਦਫ਼ਤਰ ਆਉਂਦੀ ਤੇ ਸਾਰਾ ਦਿਨ ਕੰਮ ਲੱਗੀ ਰਹਿੰਦੀ। ਕਦੇ ਨਿਗਾਹ ਚੁਕ ਕੇ ਆਲੇ ਦੁਆਲੇ ਨਾ ਤੱਕਦੀ। ਲੋਕ ਉਸ ਦਾ ਧਿਆਨ ਖਿਚਣ ਲਈ ਕਈ ਵਾਰੀ ਉੱਚੀ ਉੱਚੀ ਹੱਸਦੇ, ਗੱਲਾਂ ਕਰਦੇ, ਪਰ ਉਹ ਅਹਿੱਲ ਅਡੋਲ ਆਪਣੇ ਕੰਮ ਲੱਗੀ ਰਹਿੰਦੀ। ਆਥਣ ਨੂੰ ਘਰ ਜਾਣ ਪਿਛੋਂ ਕਦੇ ਕਿਸੇ ਨੇ ਉਹਨੂੰ ਬਾਹਰ ਨਹੀਂ ਸੀ ਵੇਖਿਆ। ਕਦੇ ਕਿਸੇ ਨੂੰ ਉਹ ਬਾਜ਼ਾਰ, ਸਿਨਮਾ ਨਹੀਂ ਸੀ ਟਕਰੀ। ਕਿਸੇ ਦੇ ਘਰ ਕਦੇ ਉਹ ਜਾਂਦੀ ਨਹੀਂ ਸੀ। ਉਹਦੇ ਘਰ ਵੀ ਕਦੇ ਕੋਈ ਜਾਂਦਾ ਕਿਸੇ ਤੱਕਿਆ ਨਹੀਂ ਸੀ। ਇਕੱਲੀ

ਬੈਠੀ ਉਹ ਢੇਰਾਂ ਦੇ ਢੇਰ ਕਿਤਾਬਾਂ ਪੜ੍ਹਦੀ ਰਹਿੰਦੀ, ਕਦੇ ਤਸਵੀਰਾਂ ਬਣਾਉਣ ਲੱਗ ਜਾਂਦੀ ਜਾਂ ਧਾਗਿਆਂ ਨਾਲ ਸਰਹਾਣਿਆ, ਮੇਜ਼ਪੋਸ਼ਾਂ 'ਤੇ ਬੇਲ ਬੂਟੇ ਕੱਢਦੀ ਰਹਿੰਦੀ। ਦਫ਼ਤਰ ਜਦ ਉਹ ਜਾਂਦੀ ਸਾਦੇ ਜਿਹੇ ਕਪੜਿਆਂ ਵਿਚ, ਸਾਊ ਜਿਹਾ ਉਹਦਾ ਮੂੰਹ, ਬੁਰੀ ਤੇ ਬੁਰੀ ਨਜ਼ਰ ਨੂੰ ਵੀ ਖਾਮੋਸ਼ ਕਰ ਦਿੰਦਾ। ਕਦੇ ਹੱਸਦੀ ਉਹ ਕਿਸੇ ਨੇ ਤੱਕੀ ਨਹੀਂ ਸੀ। ਕਦੇ ਰੋਈ ਉਹ ਹੈ ਨਹੀਂ ਸੀ।

'O' JMB 1984

8

Jassi's reconciliation with society

ਜੱਸੀ ਦੇ ਪੈਰ ਸੋਚਾਂ ਸੋਚਦਿਆਂ ਆਪ ਮੁਹਾਰੇ ਹੀ ਜਿਵੇਂ ਤੁਰ ਪਏ ਤੇ ਉਹ ਲੋਹੇ ਦੇ ਉਸੇ ਛੋਟੇ ਪੁੱਲ ਤੇ ਜਾ ਪਹੁੰਚੀ ਜਿਸ ਤੇ ਸੁਖਦੇਵ ਤੇ ਜੱਸੀ ਘੰਟਿਆਂ ਬੱਧੀ ਬੈਠੇ ਰਹਿੰਦੇ ਸਨ। ਆਲੇ ਦੁਆਲੇ ਰੁੰਡ ਮਰੁੰਡ ਹੋਏ ਦਰੱਖਤ ਆਪਾ ਤਾਣੀ ਉਸ ਤੇ ਖੜੇ ਘੂਰ ਰਹੇ ਸਨ। ਇੱਕ ਛਤਰ ਛਾਇਆ ਵਾਂਗ ਤੇ ਫੇਰ ਜਾਂ ਉਸ ਦੀ ਰਾਖੀ ਲਈ। ਪਲ ਭਰ ਉਸ ਨੂੰ ਉਨ੍ਹਾਂ ਤੋਂ ਭੈਅ ਜਿਹਾ ਆਇਆ। ਇਹ ਛਤਰ ਛਾਇਆ ਵਾਲੀਆਂ ਚੀਜ਼ਾਂ ਜਾਂ ਲੋਕ ਵੀ ਕੀ ਨੇ? ਕਿਵੇਂ ਡਰਾਉਣੇ ਲੱਗਦੇ ਨੇ? ਬੇ ਜਾਨ ਜਿਹੇ। ਬਿਨ ਅਹਿਸਾਸ ਜਿਹੇ। ਨਿਜਿੰਦ ਜਹੇ, ਸੱਖਣੇ ਅਹਿਸਾਸ ਵਾਲੇ। ਉਹ ਵਰ੍ਹਿਆਂ ਤੋਂ ਉਸ ਅਹਿਸਾਸ ਦੀ ਛਾਂ ਮਾਣਦੀ ਆ ਰਹੀ ਸੀ।ਤੇ ਹੁਣ ਜਿਵੇਂ ਉਸ ਨੂੰ ਡਰ ਜਿਹਾ ਲੱਗਣ ਲੱਗ ਪਿਆ ਸੀ। ਉਸ ਨੇ ਆਪਣੀ ਅੰਦਰਲੀ ਔਰਤ ਨੂੰ ਜਿਵੇ ਨੱਪ ਕੇ ਮਾਰ ਜਿਹਾ ਦਿੱਤਾ ਸੀ ਤੇ ਆਪ ਚੁਪ ਚੁਪੀਤੀ ਜਹੀ ਅਧਮੋਈ ਜ਼ਿੰਦਗੀ ਜਿਊਣ ਲੱਗ ਪਈ ਸੀ।ਉਸ ਦੀਆਂ ਰੀਝਾਂ 'ਚ ਵੀ ਜ਼ਿੰਦਗੀ ਦਾ ਰੰਗ, ਸੁਗੰਧ ਸੀ। ਪਰ ਔਰਤ ਦੀ ਸੁਣਵਾਈ ਹੋਈ ਹੀ ਕਦੋਂ ਏ? ਇਹ ਸਮਾਜੀ ਅਸੂਲ ਨੇ, ਦਸਤੂਰ ਨੇ। ਹਾਰ ਮੰਨ ਲੈਣਾ ਔਰਤ ਦਾ ਧਰਮ ਕਰਮ ਰੱਖ ਵਿਖਾਇਆ ਸੀ।

JMB 1986

9

Mr. Sandhu's loneliness

ਮਿਸਟਰ ਸੰਧੂ ਜਨਰਲ ਹਸਪਤਾਲ ਦੀ ਮੁਹਰਲੀ ਕੰਧ ਤੇ ਸਿਰ ਸੁੱਟ ਕੇ ਬੈਠਾ ਸੀ। ਮੰਦੀ ਹਾਲਤ ਹੋਈ ਪਈ ਸੀ। ਕੋਟ ਪਾਟਾ ਪਿਆ ਸੀ। ਕਮੀਜ਼ ਦੇ ਕਾਲਰ ਕਾਲੇ ਹੋਏ ਪਏ ਸਨ। ਪੈਰੀ ਟੁੱਟੇ ਹੋਏ ਬੂਟ ਅਤੇ ਕਈ ਦਿਨਾਂ ਦੀ ਵਧੀ ਹੋਈ ਦਾੜ੍ਹੀ ਅੱਖਾਂ ਗੇਰੂਏ ਰੰਗ ਦੀਆਂ, ਜਿਨ੍ਹਾਂ ਵਿਚੋਂ ਵਰਲ ਵਰਲ ਪਾਣੀ ਵਗ ਰਿਹਾ ਸੀ। ਉਹ ਕਦੀ ਉਥੋਂ ਉੱਠ ਖਲੋਂਦਾ ਤੇ ਦੋ ਕਦਮਾਂ ਹਸਪਤਾਲ ਵਲ ਹੋ ਤੁਰਦਾ। ਫੇਰ ਉਸ ਦੇ ਪੈਰ ਰੁੱਕ ਜਾਂਦੇ ਤੇ ਉਹ ਪਿਛਾਹ ਨੂੰ ਪਰਤ ਆਉਂਦਾ। ਮੁੜ ਡੱਕੋ ਡੋਲੇ ਖਾਂਦਾ ਤੁਰਦਾ, ਆ ਕੇ ਉਸੇ ਕੰਧ ਤੇ ਬੈਠ ਜਾਂਦਾ। ਪਿਛਲੇ ਦੋ ਘੰਟਿਆਂ ਤੋਂ ਉਹ ਉਸੇ ਹੀ ਕੰਧ ਤੇ ਬੈਠਾ ਆ ਰਿਹਾ ਸੀ। ਕਦੀ ਫੇਰ ਉੱਠ ਕੇ ਹਸਪਤਾਲ ਵੱਲ ਨੂੰ ਤੁਰਦਾ ਤੇ ਫੇਰ ਮੁੜ ਕੇ ਉਸੇ ਹੀ ਕੰਧ ਤੇ ਆ ਬੈਠਦਾ। ਪਤਾ ਨਹੀਂ ਬੈਠਾ ਬੈਠਾ ਉਹ ਆਪਣੇ ਆਪ ਨਾਲ ਕੀ ਗੱਲਾਂ ਕਰੀ ਜਾ ਰਿਹਾ ਸੀ। ਕੋਲ ਦੀ ਲੰਘ ਰਹੇ ਗੋਰੇ ਵੀ ਉਸ ਨੂੰ ਸ਼ਰਾਬੀ ਸਮਝ ਹੀ ਪਰ੍ਹੇ ਹੋ ਜਾਂਦੇ। ਊਂ ਵੀ ਇਹ ਲੋਕ ਕਦ ਕਿਸੇ ਦੀ ਗੱਲ ਵਿੱਚ ਦਖਲ ਅੰਦਾਜ਼ੀ ਕਰਦੇ ਹਨ।

JMB 1986

10

Reeta's concern

ਆਲੀਸ਼ਾਨ ਬਖਸ਼ੀ ਕੁਟੀਰ ਦੇ ਸਾਹਮਣੇ ਰਿਕਸ਼ਾ ਰੁਕੀ। ਚਾਰੇ ਪਾਸੇ ਮੜੀਆਂ ਵਰਗੀ ਚੁੱਪ। ਜਦੋਂ ਮੈਂ ਘੰਟੀ ਤੇ ਅੰਗੂਠਾ ਰੱਖਿਆ ਤਾਂ ਸ਼ੇਰ ਵਰਗੇ ਅਲਸੇਸ਼ਨ ਨੇ ਭੌਂਕ ਪੱਥਰ ਚੁੱਪ ਨੂੰ ਤੋੜਿਆ। ਵਰਾਂਡੇ ਵਿੱਚੋਂ ਇੱਕ ਔਰਤ ਨੇ ਫ਼ਿਲਮ ਫ਼ੇਅਰ ਤੋਂ ਨਜ਼ਰਾਂ ਹਟਾ ਮੇਰੇ ਵੱਲ ਘੂਰ ਕੇ ਵੇਖਿਆ - ਕੋਲ ਹੀ ਨਾਲੀ ਉੱਤੇ ਧੁੱਪ ਵਿੱਚ ਇੱਕ ਦਸਾਂ ਕੁ ਸਾਲਾਂ ਦਾ ਮੁੰਡੂ ਸਾਰੇ ਘਰ ਦੀਆਂ ਜੁੱਤੀਆਂ ਦਾ ਬਜ਼ਾਰ ਲਈ ਬੈਠਾ ਪਾਲਸ਼ ਕਰ ਰਿਹਾ ਸੀ।

ਜਦੋਂ ਮੈਂ ਵਰਾਂਡੇ ਵੱਲ ਹੋਇਆ ਉਹ ਬੋਲੀ - ਤੁਸੀਂ?

— ਗੀਤਾਂ! ਤੂੰ?

ਇੰਨੇ ਨੂੰ ਪਾਲਸ਼ ਵਾਲਾ ਮੁੰਡੂ ਵੀ ਸਾਹਮਣੇ ਆ ਖਲੋਤਾ। ਚੰਦਰਭਾਨ, ਜਦੋਂ ਮੈਂ ਉਹਦੇ ਵੱਲ ਤੱਕਿਆ ਤਾਂ ਵੇਖਿਆ ਉਹਦੀਆਂ ਲੱਤਾਂ ਵੀ ਨੰਗੀਆਂ ਤੇ ਪੈਰ ਵੀ ਨੰਗੇ ਸਨ। ਗਲ ਮੈਲਾ ਤੇ ਕਾਲਾ ਹੋਇਆ ਕੁੜਤਾ ਸੀ।

ਗੀਤਾ ਨੇ, ਨਹੀਂ ਸੱਚ ਮਿਸਿਜ਼ ਡਾਕਟਰ ਬਖਸ਼ੀ ਨੇ, ਇੱਕ ਪੱਥਰ-ਚੁੱਪ ਨਾਲ ਜੁੱਤੀਆਂ ਦਾ ਜਾਇਜ਼ਾ ਲਿਆ। ਫਿਰ ਇੱਕ ਦਮ ਪਾਟ ਪਈ - ਸੁਆਹ ਪਾਲਸ਼ ਕੀਤੀ ਏ ਤੂੰ! ... ਤੁਸੀਂ ਲੋਕ ਬਿਨਾਂ ਕੰਮ ਕੀਤਿਆਂ ਪੈਸੇ ਮੰਗਦੇ ਹੋ - ਡਫ਼ਰ!

ਉਹਨੇ ਮੁੰਡੇ ਵੱਲ ਸਿੱਕੇ ਵਗਾਹ ਮਾਰੇ, ਜਿਨ੍ਹਾਂ ਨੂੰ ਘੱਟ ਵੇਖ ਮੁੰਡੇ ਨੇ ਹੱਥ ਜੋੜ ਤਰਲਾ ਕੀਤਾ - ਬੀਬੀ ਜੀ! ਇਹ ਤਾਂ ਬਹੁਤ ਥੋੜੇ ਨੇ - ਮੈਂ ਕਰੀਮ ਵੀ ਲਾਈ ਏ ਏਨ੍ਹਾਂ ਨੂੰ।

JMB 1990

11

Mrs Bakhshi

ਉਨ੍ਹਾਂ ਦਿਨਾਂ ਵਿੱਚ ਹੀ ਮੈਂ ਉਹ ਨੂੰ ਅੰਮ੍ਰਿਤਸਰ ਮਿਲਿਆ। ਕੰਪਨੀ ਬਾਗ। ਸਾਡੀਆਂ ਦੋਹਾਂ ਦੀਆਂ ਜੁੱਤੀਆਂ ਬਹੁਤ ਮੈਲੀਆਂ ਸਨ। ਇੱਕ ਦਸ ਕੁ ਸਾਲਾਂ ਦੇ ਮੁੰਡੂ ਤੋਂ ਅਸੀਂ ਜੁੱਤੀਆਂ ਪਾਲਸ਼ ਕਰਵਾਈਆਂ। ਮੁੰਡੇ ਦਾ ਬਹੁਤ ਮੈਲਾ ਕੁੜਤਾ, ਨੰਗੀਆਂ ਲੱਤਾਂ ਤੇ ਨੰਗੇ ਪੈਰ ਵੇਖ ਅਸੀਂ ਦੋਵੇਂ ਉਦਾਸ ਹੋ ਗਏ - ਉਹ ਤਾਂ ਬਹੁਤ ਹੀ। ਕਹਿਣ ਲੱਗੀ - ਵੇਖ ਲਓ ਦੁਖਾਂਤ। ਇਹ ਸਾਰੀ ਦੁਨੀਆਂ ਦੀਆਂ ਜੁੱਤੀਆਂ ਪਾਲਸ਼ ਕਰਦਾ ਏ। ਪਰ ਇਹਦੇ ਆਪਣੇ ਕੋਲ ਜੁੱਤੀ ਨਹੀਂ। ਇੰਜ ਕਹਿ ਉਹਨੇ ਇੱਕ ਹਾਉਕਾ ਲਿਆ।

ਮੈਂ ਗੀਤਾ ਦੇ ਚਿਹਰੇ ਵੱਲ ਵੇਖਿਆ। ਉਸਤੇ ਖਾਸੀ ਪਲਿੱਤਣ ਸੀ। ਪਰ ਉਹ ਹੋਰ ਵੀ ਸੋਹਣਾ ਹੋ ਗਿਆ ਸੀ ਜਿਵੇਂ ਸ਼ਰੀਂਹ ਦੇ ਪੱਤਿਆਂ ਤੇ ਚੰਨ ਚਾਨਣੀ ਡੁੱਲ੍ਹ ਰਹੀ ਹੋਵੇ।

ਖੈਰ, ਮੇਰੇ ਕੋਲ, ਸਾਡੇ ਕੋਲ ਵਕਤ ਬਹੁਤ ਨਹੀਂ ਸੀ। ਮੈਂ ਉਹਨੂੰ ਕੁਝ ਨਾਰਮਲ ਕਰਨ ਲਈ ਆਖਿਆ - ਗੀਤਾ, ਬੱਸ ਇੰਜ ਹੀ ਐ। ਇੱਥੇ ਕਰਨ ਵਾਲਿਆਂ ਕੋਲ ਕੁਝ ਨੀ ਹੁੰਦਾ - ਨਾ ਕਰਨ ਵਾਲਿਆਂ ਕੋਲ ਸਭ ਕੁਝ ਹੁੰਦਾ ... ਬੱਸ, ਇਥੇ ਇੰਜ ਹੀ ਹੁੰਦੈ ...

ਜਦੋ ਪਾਲਸ਼ ਵਾਲਾ ਮੁੰਡਾ ਮੈਨੂੰ ਰੁਪਈਏ ਵਿਚੋਂ ਬਾਕੀ ਪੈਸੇ ਮੋੜਨ ਲੱਗਿਆ ਤਾਂ ਉਹ ਕਹਿਣ ਲਗੀ - ਬੱਸ ਠੀਕ ਏ, ਕਾਕਾ। ਰੁਪਈਆ ਹੀ ਰੱਖ ਲੈ।

JMB 1990

Chapter 6

ਲੇਖ ਰਚਨਾ

'ਏ' ਲੈਵਲ ਪੰਜਾਬੀ ਦੀ ਪ੍ਰੀਖਿਆ ਵਿਚ ਕਿਸੇ ਇਕ ਵਿਸ਼ੇ ਤੇ ਲੇਖ ਲਿਖਣਾ ਲਾਜ਼ਮੀ ਪ੍ਰਸ਼ਨ ਹੁੰਦਾ ਹੈ। ਇਹ ਦੂਜੇ ਪਰਚੇ (Paper II) ਦਾ ਦੂਜਾ ਪ੍ਰਸ਼ਨ ਹੁੰਦਾ ਹੈ। ਛੇ ਵਿਸ਼ੇ ਦਿੱਤੇ ਜਾਂਦੇ ਹਨ ਅਤੇ ਇਹਨਾਂ ਵਿਚੋਂ ਕਿਸੇ ਇਕ ਤੇ ਲੇਖ ਲਿਖਣਾ ਹੁੰਦਾ ਹੈ।

'ਏ' ਲੈਵਲ ਪੰਜਾਬੀ ਦੀ ਪ੍ਰੀਖਿਆ ਵਿਚ ਲੇਖ ਦੇ ਸ਼ਬਦਾਂ ਦੀ ਗਿਣਤੀ 300 ਨੀਯਤ ਕੀਤੀ ਗਈ ਹੈ। ਇਸ ਲਈ ਲੇਖ ਲਿਖਣ ਵੇਲੇ ਇਸ ਗੱਲ ਦਾ ਅਵੱਸ਼ ਧਿਆਨ ਰਖਣਾ ਚਾਹੀਦਾ ਹੈ ਕਿ ਲੇਖ ਦੇ ਸ਼ਬਦਾਂ ਦੀ ਗਿਣਤੀ ਲੋੜ ਤੋਂ ਵਧ ਨਾ ਹੋਵੇ। ਜੇ ਪੰਜ ਚਾਰ ਸ਼ਬਦ ਘਟ ਜਾਂ ਵਧ ਜਾਣ ਤਾਂ ਕੋਈ ਗੱਲ ਨਹੀਂ। ਛੋਟਾ ਲੇਖ ਲਿਖਣਾ ਸਦਾ ਹੀ ਵੱਡੇ ਲੇਖ ਲਿਖਣ ਨਾਲੋਂ ਔਖਾ ਹੁੰਦਾ ਹੈ। ਇਸ ਲਈ ਲੇਖ ਲਿਖਣ ਤੋਂ ਪਹਿਲਾਂ ਚੰਗੀ ਤਰ੍ਹਾਂ ਸੋਚਣਾ ਚਾਹੀਦਾ ਹੈ ਅਤੇ ਜੇ ਹੋ ਸਕੇ ਤਾਂ ਲੇਖ ਦਾ ਰਫ਼ ਢਾਂਚਾ ਬਣਾ ਲੈਣਾ ਚਾਹੀਦਾ ਹੈ।

ਇਕ ਲੇਖ ਨੂੰ ਤਿੰਨ ਵੱਡੇ ਭਾਗਾਂ ਵਿਚ ਵੰਡਿਆ ਜਾ ਸਕਦਾ ਹੈ : 1. ਆਦਿ, 2. ਮੱਧ, 3. ਅੰਤ।

ਆਦਿ ਲੇਖ ਦੇ ਮੁਢ ਜਾਂ ਆਰੰਭ ਨਾਲ ਸਬੰਧ ਰਖਦਾ ਹੈ। ਲੇਖ ਦਾ ਆਰੰਭ ਜਾਂ ਮੁਢ ਬਹੁਤ ਦਿਲਚਸਪ ਅਤੇ ਰੌਚਕ ਹੋਣਾ ਚਾਹੀਦਾ ਹੈ। ਲੇਖ ਦੀ ਭੂਮਿਕਾ ਬਹੁਤੀ ਲੰਬੀ ਨਹੀਂ ਹੋਣੀ ਚਾਹੀਦੀ।

ਮੱਧ ਲੇਖ ਦਾ ਸਭ ਤੋਂ ਵੱਡਾ ਭਾਗ ਹੁੰਦਾ ਹੈ। ਇਸ ਭਾਗ ਵਿਚ ਵਖਰੇ ਵਖਰੇ ਵਿਚਾਰਾਂ ਨੂੰ ਵਖਰੇ ਵਖਰੇ ਪੈਰਿਆਂ ਵਿਚ ਲਿਖਣਾ ਚਾਹੀਦਾ ਹੈ। ਹਰ ਪੈਰੇ ਦਾ ਇਕ ਦੂਜੇ ਨਾਲ ਸਬੰਧ (Link) ਹੋਣਾ ਚਾਹੀਦਾ ਹੈ।

ਅੰਤ ਵਿਚ ਜੋ ਕੁਝ ਵੀ ਪਹਿਲਾਂ ਲਿਖਿਆ ਹੁੰਦਾ ਹੈ ਉਸ ਦਾ ਸਾਰ ਆ ਜਾਂਦਾ ਹੈ। ਲੇਖ ਦਾ ਇਹ ਹਿਸਾ ਵੀ ਪ੍ਰਭਾਵਸ਼ਾਲੀ ਅਤੇ ਛੋਟਾ ਹੋਣਾ ਚਾਹੀਦਾ ਹੈ।

ਪ੍ਰੀਖਿਆ ਵਿਚ ਇਸ ਪ੍ਰਸ਼ਨ ਵਿਚੋਂ ਵਧ ਤੋਂ ਵਧ ਨੰਬਰ ਲੈਣ ਲਈ ਹੇਠ ਲਿਖੀਆਂ ਗੱਲਾਂ ਵਲ ਖ਼ਾਸ ਧਿਆਨ ਦੇਣਾ ਚਾਹੀਦਾ ਹੈ।

ਸਭ ਤੋਂ ਪਹਿਲਾਂ ਤਾਂ ਇਹ ਫ਼ੈਸਲਾ ਕਰਨਾ ਹੈ, ਕਿ ਛੇਆਂ ਲੇਖਾਂ ਵਿਚੋਂ ਕਿਹੜੇ ਵਿਸ਼ੇ ਉਪਰ ਲਿਖਣਾ ਹੈ। ਵਿਸ਼ਾ ਉਹ ਚੁਣਨਾ ਚਾਹੀਦਾ ਹੈ ਜਿਸ ਬਾਰੇ ਤੁਹਾਡੀ ਵਧ ਤੋਂ ਵਧ ਵਾਕਫ਼ੀ ਅਤੇ ਗਿਆਨ ਹੋਵੇ। ਇਹ ਫ਼ੈਸਲਾ ਕਰਨ ਵਿਚ ਜੇ ਦੋ ਚਾਰ ਮਿੰਟ ਲੱਗ ਵੀ ਜਾਣ ਤਾਂ ਕੋਈ ਗੱਲ ਨਹੀਂ।

ਜਦੋਂ ਤੁਸੀਂ ਇਹ ਫ਼ੈਸਲਾ ਕਰ ਲਿਆ ਕਿ ਕਿਹੜੇ ਵਿਸ਼ੇ ਤੇ ਲੇਖ ਲਿਖਣਾ ਹੈ ਤਾਂ ਇਸ ਤੋਂ ਬਾਅਦ ਉਸ ਦਾ ਰਫ਼ ਢਾਂਚਾ ਬਣਾ ਲੈਣਾ ਚਾਹੀਦਾ ਹੈ। ਢਾਂਚਾ ਬਣਾਉਣ ਵੇਲੇ ਆਪਣੇ ਮਨ ਨੂੰ ਇਕਾਗਰ ਕਰਕੇ ਆਪਣੇ ਖ਼ਿਆਲਾਂ ਨੂੰ ਸੰਖੇਪ ਇਸ਼ਾ-ਰਿਆਂ ਦੀ ਬਣਤਰ ਵਿਚ ਲਿਖ ਲੈਣਾ ਚਾਹੀਦਾ ਹੈ। ਫੇਰ ਇਹਨਾਂ ਇਸ਼ਾਰਿਆਂ ਦੀ ਤਿੰਨ ਸਿਰਲੇਖਾਂ (Headings) ਵਿਚ ਵੰਡ ਕਰ ਦੇਣੀ ਚਾਹੀਦੀ ਹੈ। ਆਦਿ (Beginning), ਮੱਧ (Middle) ਅਤੇ ਅੰਤ (End)।

ਜਿਸ ਤਰ੍ਹਾਂ ਪਹਿਲਾਂ ਦਸਿਆ ਗਿਆ ਹੈ ਕਿ ਲੇਖ ਦੇ ਸ਼ਬਦਾਂ ਦੀ ਗਿਣਤੀ 'ਏ' ਲੈਵਲ ਦੀ ਪ੍ਰੀਖਿਆ ਲਈ 300 ਨੀਯਤ ਹੈ। ਇਸ ਲਈ ਲੇਖ ਦੇ ਸ਼ਬਦਾਂ ਦੀ ਗਿਣਤੀ ਜੇ ਪੂਰੇ 300 ਸ਼ਬਦ ਨਹੀਂ, ਤਾਂ ਕਿਸੇ ਵੀ ਹਾਲਤ ਵਿਚ ਨਾ ਬਹੁਤ ਜ਼ਿਆਦਾ ਅਤੇ ਨਾ ਬਹੁਤ ਘਟ ਹੋਣੀ ਚਾਹੀਦੀ ਹੈ।

ਆਪਣੀ ਲਿਖਾਈ ਵਲ ਖਾਸ ਧਿਆਨ ਦੇਣਾ ਚਾਹੀਦਾ ਹੈ। ਜਿੰਨਾ ਵੀ ਸੋਹਣਾ ਕਰਕੇ ਲਿਖ ਸਕੋ, ਲਿਖਣ ਦੀ ਕੋਸ਼ਿਸ਼ ਕਰਨੀ ਚਾਹੀਦੀ ਹੈ। ਲਿਖਾਈ ਵਿਚ ਬਹੁਤੀ ਕੱਟਾ-ਵਢੀ ਨਹੀਂ ਹੋਣੀ ਚਾਹੀਦੀ।

ਲੇਖ ਦੇ ਨੰਬਰਾਂ ਨੂੰ ਆਮ ਤੌਰ ਤੇ ਤਿੰਨ ਭਾਗਾਂ ਵਿਚ ਵੰਡਿਆ ਜਾਂਦਾ ਹੈ। 1. ਵਿਸ਼ਾ ਵਸਤੂ (Subject-Matter), 2. ਬੋਲੀ (Language), ਅਤੇ 3. ਸ਼ੈਲੀ (Style)।

ਸੋ ਵਿਦਿਆਰਥੀਆਂ ਨੂੰ ਵਧ ਤੋਂ ਧਵ ਨੰਬਰ ਲੈਣ ਲਈ ਇਨ੍ਹਾਂ ਗੱਲਾਂ ਵੱਲ ਧਿਆਨ ਰਖਣਾ ਚਾਹੀਦਾ ਹੈ। ਚੰਗਾ ਲੇਖ ਉਹ ਹੁੰਦਾ ਹੈ ਜਿਸ ਵਿਚ ਵਿਚਾਰਾਂ ਨੂੰ ਬੜੇ ਚੰਗੇ ਢੰਗ ਨਾਲ ਤਰਤੀਬਵਾਰ ਬਿਆਨਿਆ ਗਿਆ ਹੋਵੇ। ਇਕ ਵਿਚਾਰ ਦਾ ਦੂਜੇ ਵਿਚਾਰ ਨਾਲ ਸਬੰਧ (Link) ਹੋਣਾ ਚਾਹੀਦਾ ਹੈ। ਲੇਖ ਨੂੰ ਬਹੁਤੀਆਂ ਦਲੀਲਾਂ ਜਾਂ ਉਦਾਹਰਣਾਂ

ਦੇ ਕੇ ਲੰਬਾ ਨਹੀਂ ਕਰਨਾ ਚਾਹੀਦਾ ਬਲਕਿ ਵਿਚਾਰ ਮੁਖ ਵਿਸ਼ੇ ਦੇ ਬਾਰੇ ਹੀ ਹੋਣੇ ਚਾਹੀਦੇ ਹਨ।

ਵਿਸ਼ੇ ਨੂੰ ਬੜੇ ਸਾਦੇ ਅਤੇ ਸਪਸ਼ਟ ਢੰਗ ਨਾਲ ਬਿਆਨ ਕੀਤਾ ਜਾਣਾ ਚਾਹੀਦਾ ਹੈ। ਵਿਸ਼ੇ ਦੇ ਹਰ ਪਹਿਲੂ ਉਤੇ ਕੁਝ ਨਾ ਕੁਝ ਲਿਖਣਾ ਚਾਹੀਦਾ ਹੈ। ਸ਼ਬਦਾਂ, ਵਾਕਾਂ ਅਤੇ ਮੁਹਾਵਰਿਆਂ ਦੀ ਵਰਤੋਂ ਠੀਕ ਢੰਗ ਨਾਲ ਕਰਨੀ ਚਾਹੀਦੀ ਹੈ। ਵਾਕ ਛੋਟੇ ਛੋਟੇ ਹੋਣੇ ਚਾਹੀਦੇ ਹਨ ਅਤੇ ਇਹਨਾਂ ਦੀ ਬੋਲੀ ਸਾਦੀ, ਸ਼ੁਧ ਅਤੇ ਢੁਕਵੀਂ ਹੋਣੀ ਚਾਹੀਦੀ ਹੈ।

ਆਮ ਤੌਰ ਤੇ ਦੇਖਿਆ ਗਿਆ ਹੈ ਕਿ ਵਿਦਿਆਰਥੀ ਇਸ ਪ੍ਰਸ਼ਨ ਦੀ ਕੋਈ ਖ਼ਾਸ ਤਿਆਰੀ ਨਹੀਂ ਕਰਦੇ। ਇਹ ਨਹੀਂ ਹੋਣਾ ਚਾਹੀਦਾ। ਚੰਗਾ ਲੇਖ ਲਿਖਣਾ ਵੀ ਇਕ ਹੁਨਰ ਹੈ ਅਤੇ ਇਹ ਅਭਿਆਸ ਨਾਲ ਹੀ ਆਉਂਦਾ ਹੈ। 'ਏ' ਲੈਵਲ ਦੇ ਵਿਦਿਆਰਥੀਆਂ ਨੂੰ ਘਟੋ ਘਟ ਦੋ ਹਫ਼ਤਿਆਂ ਵਿਚ ਇਕ ਲੇਖ ਅਭਿਆਸ ਲਈ ਜ਼ਰੂਰ ਲਿਖਣਾ ਚਾਹੀਦਾ ਹੈ।

ਚੰਗਾ ਲੇਖ ਲਿਖਣ ਲਈ ਚੰਗੇ ਵਿਚਾਰਾਂ ਦਾ ਜ਼ਖ਼ੀਰਾ ਹੋਣਾ ਭੀ ਜ਼ਰੂਰੀ ਹੈ। ਸੋ ਆਪਣੇ ਖ਼ਿਆਲਾਂ ਦੇ ਵਾਧੇ ਲਈ ਵਧ ਤੋਂ ਵਧ ਪੰਜਾਬੀ ਦੀਆਂ ਪੁਸਤਕਾਂ, ਰਸਾਲੇ ਅਤੇ ਅਖ਼ਬਾਰਾਂ ਪੜ੍ਹਨੀਆਂ ਚਾਹੀਦੀਆਂ ਹਨ। ਅੱਜਕਲ੍ਹ ਪੰਜਾਬੀ ਵਿਚ ਕਿਤਾਬਾਂ ਅਤੇ ਅਖ਼ਬਾਰਾਂ ਕਈ ਲਾਇਬਰੇਰੀਆਂ ਵਿਚ ਮਿਲ ਸਕਦੀਆਂ ਹਨ। ਪੰਜਾਬੀ ਵਿਚ ਸਪਤਾਹਿਕ ਅਖ਼ਬਾਰਾਂ—ਖ਼ਾਸ ਤੌਰ ਤੇ ਪੰਜਾਬ ਟਾਈਮਜ਼, ਇੰਡੀਆ ਟਾਈਮਜ਼, ਦੇਸ ਪ੍ਰਦੇਸ ਅਤੇ ਸੰਦੇਸ਼, ਆਦਿ ਦੀ ਵਰਤੋਂ ਕੀਤੀ ਜਾ ਸਕਦੀ ਹੈ। ਇਹ ਅਖ਼ਬਾਰਾਂ ਤੁਸੀਂ ਕਈ ਪੰਜਾਬੀ ਘਰਾਂ ਤੋਂ ਵੀ ਲੈ ਕੇ ਪੜ੍ਹ ਸਕਦੇ ਹੋ।

ਮਿੱਤਰਤਾ

ਦੁਨੀਆ ਵਿਚ ਕੋਈ ਵਿਰਲਾ ਹੀ ਇਸਤਰੀ ਜਾਂ ਪੁਰਖ ਹੋਵੇਗਾ ਜਿਸ ਦੀ ਕੋਈ ਸਹੇਲੀ ਜਾਂ ਮਿੱਤਰ ਨਾ ਹੋਵੇ। ਸਾਡਾ ਸਮਾਜ ਇਕ ਦੂਜੇ ਨਾਲ ਕਿਸੇ ਨਾ ਕਿਸੇ ਰਿਸ਼ਤੇ ਨਾਲ ਬਝਿਆ ਹੋਇਆ ਹੈ। ਰਿਸ਼ਤੇ ਕਈ ਪ੍ਰਕਾਰ ਦੇ ਹੋ ਸਕਦੇ ਹਨ, ਜਿਵੇਂ ਭੈਣ-ਭਰਾ, ਮਾਂ-ਬਾਪ, ਚਾਚੇ-ਤਾਏ, ਆਦਿ। ਪਰ ਸਹੇਲੀਆਂ ਜਾਂ ਮਿਤਰਾਂ-ਦੋਸਤਾਂ ਦਾ ਰਿਸ਼ਤਾ ਇਕ ਅਜੀਬ ਕਿਸਮ ਦਾ ਰਿਸ਼ਤਾ ਹੁੰਦਾ ਹੈ।

ਆਪਣੇ ਮਿਤਰਾਂ ਦੋਸਤਾਂ ਨਾਲ ਅਸੀਂ ਆਪਣੇ ਦਿਲ ਦੀਆਂ ਉਹ ਗੱਲਾਂ ਕਰ ਸਕਦੇ ਹਾਂ ਜਿਨ੍ਹਾਂ ਨੂੰ ਅਸੀਂ ਆਪਣੇ ਮਾਂ-ਬਾਪ, ਭੈਣਾਂ ਭਰਾਵਾਂ ਨਾਲ ਨਹੀਂ ਕਰ ਸਕਦੇ। ਸੁਹਿਰਦ ਮਿਤਰ ਤੁਹਾਡੀ ਹਰ ਵੇਲੇ ਸਹਾਇਤਾ ਕਰਨ ਵਾਸਤੇ ਤਿਆਰ ਬਰ ਤਿਆਰ ਰਹਿੰਦੇ

ਹਨ । ਅਸਲੀ ਦੋਸਤ ਕਿਸੇ ਭੀੜ ਸਮੇਂ ਇਕ ਦੂਜੇ ਲਈ ਆਪਣੀ ਜਾਨ ਦੇਣ ਤੋਂ ਵੀ ਨਹੀਂ ਝਿਜਕਦੇ । ਉਹ ਇਕ ਦੂਜੇ ਦੀ ਗ਼ਮੀ ਅਤੇ ਖ਼ੁਸ਼ੀ ਵਿਚ ਸ਼ਰੀਕ ਹੁੰਦੇ ਹਨ ।

ਉਹ ਵਿਅਕਤੀ ਖ਼ੁਸ਼ਕਿਸਮਤ ਹੈ ਜਿਸ ਨੂੰ ਕੋਈ ਚੰਗਾ ਮਿੱਤਰ ਜਾਂ ਸਹੇਲੀ ਮਿਲ ਜਾਵੇ । ਚੰਗੇ ਮਿਤਰ ਜਾਂ ਸਹੇਲੀਆਂ ਕੋਈ ਲਭਿਆਂ ਨ੍ਹਹੀਂ ਮਿਲਦੇ; ਇਹ ਤਾਂ ਕੁਦਰਤੀ ਗੱਲ ਹੈ ਅਤੇ ਪਤਾ ਨਹੀਂ ਕਿਸ ਵੇਲੇ ਕੋਈ ਚੰਗਾ ਮਿੱਤਰ ਜਾਂ ਸਹੇਲੀ ਮਿਲ ਜਾਵੇ । ਬਚਪਨ ਤੋਂ ਬੁਢੇਪੇ ਤਕ ਮਿੱਤਰ ਦੋਸਤ ਬਣਦੇ ਅਤੇ ਵਿਛੜਦੇ ਰਹਿੰਦੇ ਹਨ ।

ਆਮ ਤੌਰ ਤੇ ਜਦੋਂ ਕੋਈ ਵਿਅਕਤੀ ਕਿਸੇ ਨਾਲ ਮਿੱਤਰਤਾ ਕਾਇਮ ਕਰਦਾ ਹੈ ਤਾਂ ਉਸ ਦੀ ਜ਼ਾਤ-ਪਾਤ ਜਾਂ ਅਮੀਰੀ ਗ਼ਰੀਬੀ ਨਹੀਂ ਦੇਖਦਾ । ਪਰ ਅੱਜ ਕਲ੍ਹ ਤਾਂ ਯਾਰੀ ਦੋਸਤੀ ਸਭ ਪੈਸੇ ਦੀ ਹੈ । ਜਿਸ ਦੇ ਕੋਲ ਪੈਸਾ ਹੈ, ਉਸ ਦੇ ਸਾਰੇ ਦੋਸਤ ਬਣਨਾ ਚਾਹੁੰਦੇ ਹਨ । ਅੱਜ ਕਲ੍ਹ ਦੇ ਯੁਗ ਵਿਚ ਗ਼ਰੀਬਾਂ ਦੇ ਦੋਸਤ ਗ਼ਰੀਬ ਹੀ ਬਣ ਸਕਦੇ ਹਨ ਅਤੇ ਅਮੀਰਾਂ ਦੇ ਦੋਸਤ ਅਮੀਰ । ਅਮੀਰਾਂ ਦੇ ਗ਼ਰੀਬ ਮਿਤਰ ਘਟ ਹੀ ਵੇਖਣ ਵਿਚ ਮਿਲਦੇ ਹਨ ।

ਅਸਲੀ ਮਿੱਤਰਤਾ ਦਾ ਤਾਂ ਉਦੋਂ ਪਤਾ ਲ਼ਗਦਾ ਹੈ ਜਦੋਂ ਕੋਈ ਕਿਸੇ ਔਖਿਆਈ ਵਿਚ ਫਸਿਆ ਹੋਵੇ ਅਤੇ ਫੇਰ ਉਸ ਦਾ ਮਿੱਤਰ ਉਸ ਦੀ ਸਹਾਇਤਾ ਲਈ ਅੱਗੇ ਵਧੇ, ਉਹ ਹੀ ਸੱਚਾ ਮਿੱਤਰ ਹੋ ਸਕਦਾ ਹੈ । ਜਿਸ ਦੇ ਕੁਝ ਸੱਚੇ ਮਿੱਤਰ ਹਨ ਉਸ ਦੀ ਜ਼ਿੰਦਗੀ ਸੌਖੀ ਲੰਘ ਜਾਂਦੀ ਹੈ । ਮਿੱਤਰਾਂ ਦੋਸਤਾਂ ਤੋਂ ਬਗ਼ੈਰ ਜ਼ਿੰਦਗੀ ਦੇ ਵਿਚ ਕੋਈ ਖ਼ਾਸ ਦਿਲ-ਚਸਪੀ ਨਹੀਂ ਰਹਿੰਦੀ । ਕੁਝ ਲੋਕ ਜ਼ਿੰਦਗੀ ਵਿਚ ਪੈਸਾ ਹੀ ਸਭ ਕੁਝ ਸਮਝਦੇ ਹਨ ਅਤੇ ਮਿੱਤਰਤਾ ਨੂੰ ਤਾਂ ਇਕ ਤਜਾਰਤ ਹੀ ਸਮਝਦੇ ਹਨ ।

1. ਕੀ ਤੁਹਾਡਾ ਕੋਈ ਮਿੱਤਰ ਜਾਂ ਸਹੇਲੀ ਹੈ ? ਜੇ ਹੈ, ਤਾਂ ਉਸ ਬਾਰੇ ਕੋਈ 300 ਸ਼ਬਦਾਂ ਦਾ ਲੇਖ ਲਿਖੋ ।
2. 'ਹਰ ਇਕ ਵਿਅਕਤੀ ਨੂੰ ਭਾਵੇਂ ਉਹ ਮਨੁੱਖ ਹੋਵੇ ਜਾਂ ਇਸਤਰੀ, ਬੁੱਢਾ ਹੋਵੇ ਜਾਂ ਜਵਾਨ, ਮਿਤਰ ਜਾਂ ਸਹੇਲੀ ਦੀ ਜ਼ਿੰਦਗੀ ਵਿਚ ਕਦੇ ਨਾ ਕਦੇ ਜ਼ਰੂਰ ਲੋੜ ਪੈਂਦੀ ਹੈ ।' ਤੁਹਾਡਾ ਇਸ ਬਾਰੇ ਕੀ ਵਿਚਾਰ ਹੈ । ਖੋਲ੍ਹ ਕੇ ਲਿਖੋ ।
3. ਤੁਹਾਨੂੰ ਗਰਮੀਆਂ ਦੀਆਂ ਛੁਟੀਆਂ ਹੋਣ ਵਾਲੀਆਂ ਹਨ । ਆਪਣੇ ਮਿੱਤਰ ਜਾਂ ਸਹੇਲੀ ਨੂੰ ਇਕ ਚਿਠੀ ਲਿਖੋ ਕਿ ਤੁਸੀਂ ਕੁਝ ਦਿਨ ਉਸ ਨਾਲ ਗੁਜ਼ਾਰਨਾ ਚਾਹੁੰਦੇ ਹੋ ਅਤੇ ਉਸ ਤੋਂ ਆਪਣੀ ਪੜ੍ਹਾਈ ਵਿਚ ਸਹਾਇਤਾ ਲੈਣੀ ਚਾਹੁੰਦੇ ਹੋ ।

ਕਿਤਾਬਾਂ ਪੜ੍ਹਨੀਆਂ

ਕਿਤਾਬਾਂ ਪੜ੍ਹਨੀਆਂ ਇਕ ਬਹੁਤ ਹੀ ਚੰਗਾ ਮਨੋਰੰਜਨ ਦਾ ਸਾਧਨ ਮੰਨਿਆ ਜਾਂਦਾ ਹੈ। ਬਹੁਤ ਸਾਰੇ ਲੋਕ ਆਪਣੇ ਵਿਹਲੇ ਸਮੇਂ ਵਿਚ ਕਿਤਾਬਾਂ ਪੜ੍ਹਨੀਆਂ ਅਤੇ ਉਹਨਾਂ ਵਿਚੋਂ ਦਿਤੇ ਸਵਾਲਾਂ ਅਤੇ ਗੁੰਝਲਾਂ ਦਾ ਹਲ ਕਰਕੇ ਆਪਣਾ ਸਮਾਂ ਬਿਤਾਉਂਦੇ ਹਨ।

ਕਿਤਾਬਾਂ ਪੜ੍ਹਨ ਨਾਲ ਸਾਨੂੰ ਕਈਆਂ ਦੇਸ਼ਾਂ ਵਿਚ ਵਾਪਰ ਰਹੀਆਂ ਘਟਨਾਵਾਂ ਅਤੇ ਹੋਰ ਸਮਾਚਾਰਾਂ ਦਾ ਪਤਾ ਲੱਗਦਾ ਹੈ। ਉਥੇ ਦੇ ਸੱਭਿਆਚਾਰਕ ਅਤੇ ਰਾਜਨੀਤਕ ਹਾਲਾਤਾਂ ਬਾਰੇ ਵੀ ਜਾਣਕਾਰੀ ਹੁੰਦੀ ਹੈ। ਕਿਤਾਬਾਂ ਪੜ੍ਹਨ ਨਾਲ ਆਪਣੇ ਇਤਿਹਾਸ ਤੇ ਸਭਿਆਚਾਰ ਬਾਰੇ ਪਤਾ ਲਗਦਾ ਹੈ। ਜਿਹੜੇ ਬੱਚੇ ਆਪਣਾ ਇਤਿਹਾਸ ਕਿਤਾਬਾਂ ਵਿਚ ਨਹੀਂ ਪੜ੍ਹਦੇ ਉਹ ਆਪਣੇ ਸਭਿਆਚਾਰ, ਆਪਣੀ ਕੌਮ ਤੇ ਆਪਣੇ ਧਰਮ ਤੋਂ ਨਾਵਾਕਫ਼ ਰਹਿੰਦੇ ਹਨ। ਆਪਣੀ ਕੌਮ ਦੇ ਜੋਧਿਆਂ ਤੇ ਸੂਰਮਿਆਂ ਦਾ ਇਤਿਹਾਸ ਪੜ੍ਹ ਕੇ ਸਾਡੇ ਦਿਲਾਂ ਵਿਚ ਉਹਨਾਂ ਵਾਸਤੇ ਸਤਿਕਾਰ ਤੇ ਮਾਣ ਵਧਦਾ ਹੈ।

ਜਿੰਨੇ ਵੀ ਦੇਸ਼ ਭਗਤ ਹੋਏ ਹਨ ਉਹਨਾਂ ਦੇ ਦਿਲਾਂ ਵਿਚ ਆਜ਼ਾਦੀ ਦੇ ਵਲਵਲੇ ਇਤਿਹਾਸਕ ਕਿਤਾਬਾਂ ਪੜ੍ਹ ਕੇ ਹੀ ਆਏ ਸਨ। ਇਤਿਹਾਸਕ ਕਿਤਾਬਾਂ ਪੜ੍ਹਨ ਵਾਲੇ ਕਦੇ ਗੁਮਰਾਹ ਨਹੀਂ ਹੁੰਦੇ। ਕਿਤਾਬਾਂ ਪੜ੍ਹ ਕੇ ਹੀ ਚੰਗੇ ਰੁਤਬੇ ਅਤੇ ਚੰਗੇ ਕਾਰੋਬਾਰ ਇਨਸਾਨ ਕਰ ਸਕਦਾ ਹੈ। ਕਿਤਾਬਾਂ ਪੜ੍ਹਨ ਵਾਲਿਆਂ ਨੇ ਹੀ ਦੁਨੀਆ ਵਿਚ ਉੱਨਤੀ ਕੀਤੀ ਹੈ।

ਧਾਰਮਿਕ ਕਿਤਾਬਾਂ ਪੜ੍ਹਨ ਨਾਲ ਸਾਨੂੰ ਆਪਣੇ ਧਰਮ ਅਤੇ ਦੂਜੇ ਲੋਕਾਂ ਦੇ ਧਰਮਾਂ ਬਾਰੇ ਪਤਾ ਲਗਦਾ ਹੈ। ਧਾਰਮਿਕ ਕਿਤਾਬਾਂ ਪੜ੍ਹਨ ਨਾਲ ਬੰਦੇ ਦਾ ਗ਼ਰੂਰ ਜਾਂਦਾ ਲਗਦਾ ਹੈ ਅਤੇ ਉਹ ਆਪਣੇ ਫ਼ਰਜ਼ਾਂ ਨੂੰ ਪਹਿਚਾਨਣ ਲੱਗ ਜਾਂਦਾ ਹੈ। ਕਈ ਵਾਰੀ ਦੇਖਣ ਵਿਚ ਆਇਆ ਹੈ ਕਿ ਕਈ ਨਾਸਤਿਕ ਬੰਦੇ ਧਾਰਮਿਕ ਕਿਤਾਬਾਂ ਪੜ੍ਹ ਕੇ ਹੀ ਸੰਤ ਅਤੇ ਮਹਾਤਮਾ ਬਣੇ।

ਕਿਤਾਬਾਂ ਪੜ੍ਹਨ ਨਾਲ ਹੀ ਅਧਿਆਪਕ, ਡਾਕਟਰ, ਇੰਜੀਨੀਅਰ, ਜੱਜ, ਵਕੀਲ, ਸਿਆਸਤਦਾਨ ਅਤੇ ਹੋਰ ਬਹੁਤ ਲੋਕੀਂ ਚੰਗੇ ਔਹਦਿਆਂ ਪਰ ਲਗਦੇ ਹਨ। ਕਿਤਾਬਾਂ ਪੜ੍ਹਨ ਵਾਲੇ ਹੀ ਸਾਡੇ ਲੀਡਰ ਬਣਦੇ ਹਨ। ਸਿਆਸਤ ਦੀਆਂ ਕਿਤਾਬਾਂ ਪੜ੍ਹ ਕੇ ਹੀ ਸਾਡੇ ਪ੍ਰਤੀਨਿਧ ਵਜ਼ੀਰ ਮੰਡਲੀ ਤਕ ਪਹੁੰਚਦੇ ਹਨ। ਲੀਡਰ ਚੰਗੀਆਂ ਕਿਤਾਬਾਂ ਪੜ੍ਹ ਕੇ ਹੀ ਚੰਗੀਆਂ ਤਕਰੀਰਾਂ ਕਰਨੀਆਂ ਸਿਖਦੇ ਹਨ।

ਵਿਗਿਆਨੀਆਂ ਨੇ ਵੀ ਕਿਤਾਬਾਂ ਪੜ੍ਹ ਕੇ ਉਨਤੀ ਕੀਤੀ ਹੈ। ਇਹਨਾਂ ਵਿਗਿਆਨੀਆਂ ਨੇ ਤਾਂ ਸਨਅਤ ਦਾ ਸਾਰਾ ਦ੍ਰਿਸ਼ ਹੀ ਬਦਲ ਕੇ ਰਖ ਦਿੱਤਾ ਹੈ। ਪੁਰਾਣੀਆਂ ਖੋਜਾਂ ਬਾਰੇ ਕਿਤਾਬਾਂ ਵਿਚ ਪੜ੍ਹ ਕੇ ਵਿਗਿਆਨੀਆਂ ਨੇ ਨਵੀਆਂ ਕਾਢਾਂ ਕਢੀਆਂ ਹਨ।

ਕਿਤਾਬਾਂ ਪੜ੍ਹਨ ਨਾਲ ਇਨਸਾਨ ਦੀ ਬੁਧੀ ਤੀਖਣ ਹੁੰਦੀ ਹੈ ਅਤੇ ਜੇ ਕੋਈ ਦਿਲ ਲਾ ਕੇ ਪੜ੍ਹੇ ਤਾਂ ਸਭ ਕੁਝ ਕਿਤਾਬਾਂ ਵਿਚੋਂ ਪ੍ਰਾਪਤ ਹੋ ਸਕਦਾ ਹੈ। ਇਸ ਲਈ ਸਾਨੂੰ ਸਭ ਨੂੰ ਵਖ ਵਖ ਕਿਸਮ ਦੀਆਂ ਕਿਤਾਬਾਂ ਜ਼ਰੂਰ ਪੜ੍ਹਨੀਆਂ ਚਾਹੀਦੀਆਂ ਹਨ।

1. ਕੀ ਤੁਹਾਡੇ ਖ਼ਿਆਲ ਅਨੁਸਾਰ ਕਿਤਾਬਾਂ ਪੜ੍ਹਨੀਆਂ ਜ਼ਰੂਰੀ ਹਨ ? ਜੇ ਹਨ ਤਾਂ ਕਿਉਂ, ਜੇ ਨਹੀਂ ਹਨ ਤਾਂ ਕਿਉਂ ਨਹੀਂ ? ਇਸ ਬਾਰੇ 300 ਸ਼ਬਦਾਂ ਦਾ ਲੇਖ ਲਿਖੋ।
2. ਤੁਸੀਂ ਕਿਸ ਤਰ੍ਹਾਂ ਦੀਆਂ ਕਿਤਾਬਾਂ ਪੜ੍ਹਨੀਆਂ ਪਸੰਦ ਕਰਦੇ ਹੋ ਅਤੇ ਕਿਉਂ ? ਕੋਈ 300 ਸ਼ਬਦਾਂ ਦਾ ਲੇਖ ਲਿਖੋ।
3. ਕੀ ਤੁਸੀਂ ਕੋਈ ਕਹਾਣੀਆਂ ਦੀ ਕਿਤਾਬ ਪੜ੍ਹੀ ਹੈ। ਉਹਨਾਂ ਵਿਚੋਂ ਕਿਸੇ ਇਕ ਕਹਾਣੀ ਬਾਰੇ ਲਿਖੋ। ਜੇ ਕੋਈ ਕਿਤਾਬ ਨਹੀਂ ਪੜ੍ਹੀ ਤਾਂ ਕੋਈ ਵੀ ਕਹਾਣੀ ਜੋ ਤੁਹਾਨੂੰ ਯਾਦ ਹੈ ਆਪਣੀ ਕਾਪੀ ਵਿਚ ਲਿਖੋ।

ਬਰਫ਼ਾਨੀ ਦਿਨ

ਪਤਝੜ ਦੀ ਰੁੱਤ ਖ਼ਤਮ ਹੋਣ ਤੋਂ ਬਾਅਦ ਸਿਆਲ ਦੀ ਰੁੱਤ ਅਰੰਭ ਹੋ ਜਾਂਦੀ ਹੈ। ਦਿਨੋ ਦਿਨ ਠੰਢ ਆਪਣੇ ਜੋਬਨ ਤੇ ਆ ਜਾਂਦੀ ਹੈ। ਠੰਢ ਕਾਰਣ ਬਹੁਤ ਸਾਰੇ ਸਿਆਣੇ ਲੋਕ ਪਾਰਕਾਂ ਦੀ ਰੌਣਕ ਛਡ ਕੇ ਘਰੀਂ ਬੈਠਣਾ ਸ਼ੁਰੂ ਕਰ ਦਿੰਦੇ ਹਨ। ਬੇਅੰਤ ਕਪੜੇ ਪਾਉਣ ਦੇ ਬਾਵਜੂਦ ਵੀ ਠੰਢ ਹੱਡਾਂ ਪੈਰਾਂ ਵਿਚ ਵੜਦੀ ਜਾਂਦੀ ਹੈ।

ਸਿਆਲ ਦੇ ਦਿਨਾਂ ਵਿਚ ਹੀ ਇੰਗਲੈਂਡ ਦੇ ਸ਼ਹਿਰਾਂ ਵਿਚ ਬਰਫ਼ ਪੈਣੀ ਸ਼ੁਰੂ ਹੋ ਜਾਂਦੀ ਹੈ। ਪਿਛਲੇ ਸਾਲ ਜਨਵਰੀ ਦੀ 31 ਤ੍ਰੀਕ ਨੂੰ ਇੰਗਲੈਂਡ ਵਿਚ ਐਨੀ ਬਰਫ਼ ਪਈ ਕਿ ਚਾਰ ਚੁਫੇਰੇ ਬਰਫ਼ ਦੇ ਚਿੱਟੇਪਨ ਨੇ ਮਕਾਨਾਂ, ਦੁਕਾਨਾਂ ਸੜਕਾਂ ਅਤੇ ਬਾਕੀ ਸਾਰੀਆਂ ਚੀਜ਼ਾਂ ਨੂੰ ਰੂੰ ਵਾਂਙ ਕਜ ਕੇ ਰਖ ਦਿੱਤਾ। ਇਹ ਦ੍ਰਿਸ਼ ਬਹੁਤ ਸੁੰਦਰ ਸੀ ਅਤੇ ਦੇਖਣਯੋਗ ਸੀ। ਪਹਿਲੀ ਬਰਫ਼ ਅਜੇ ਖੁਰਦੀ ਨਹੀਂ ਸੀ ਕਿ ਉਪਰੋਂ ਹੋਰ ਪੈ ਜਾਂਦੀ।

ਇਸ ਮੌਸਮ ਵਿਚ ਕਾਰਾਂ ਵਾਲਿਆਂ ਨੂੰ ਡਰਾਈਵ ਕਰਨਾ ਬਹੁਤ ਮੁਸ਼ਕਲ ਹੋ ਗਿਆ ਸੀ। ਕਾਰਾਂ, ਗਡੀਆਂ, ਟਰੱਕ ਅਤੇ ਬਸਾਂ ਹੌਲੀ ਹੌਲੀ ਚਲ ਰਹੀਆਂ ਸਨ। ਇਹੋ ਜਹੇ ਮੌਸਮ ਵਿਚ ਕਿਤੇ ਦੂਰ ਦੁਰੇਡੇ ਜਾਣ ਦੀ ਤਾਂ ਗੱਲ ਹੀ ਛਡੋ ਲੋਕਾਂ ਨੂੰ ਆਪਣੇ ਕੰਮਾਂ ਤੋਂ ਵਾਪਸ ਘਰ ਜਾਣਾ ਵੀ ਇਕ ਸਮੱਸਿਆ ਬਣ ਗਈ ਸੀ। ਕਈ ਵਿਚਾਰਿਆਂ ਦੀਆਂ

ਤਾਂ ਕਾਰਾਂ ਸਟਾਰਟ ਹੀ ਨਹੀਂ ਹੁੰਦੀਆਂ ਸਨ। ਕਈਆਂ ਦੀਆਂ ਬੈਟਰੀਆਂ ਫਲੈਟ ਹੋ ਗਈਆਂ ਅਤੇ ਧੱਕੇ ਲਾਣ ਤੇ ਵੀ ਸਟਾਰਟ ਨਹੀਂ ਹੋਈਆਂ।

ਕਈ ਲੋਕਾਂ ਦੇ ਇਸ ਦਿਨ ਹਾਦਸੇ ਵੀ ਹੋਏ। ਬਹੁਤ ਸਾਰੀਆਂ ਕਾਰਾਂ, ਟਰੱਕ ਤੇ ਬਸਾਂ ਦੇ ਪਹੀਏ ਜਿਥੇ ਇਕ ਵਾਰ ਖਲੋ ਜਾਂਦੇ ਉਥੇ ਹੀ ਘੁੰਮੀ ਜਾਂਦੇ ਅਤੇ ਘੀਂ ਘੀਂ ਕਰੀ ਜਾਂਦੇ। ਕਈ ਨੌਜਵਾਨ ਕਾਹਲੀ ਕਰ ਕੇ ਕਾਰਾਂ ਚਲਾਉਂਦੇ ਅਤੇ ਫੇਰ ਇਕ ਦਮ ਬਰੇਕ ਮਾਰਦੇ ਤਾਂ ਕਾਰਾਂ ਸਕਿਡ ਹੋ ਕੇ ਅਗਲੀਆਂ ਕਾਰਾਂ ਵਿਚ ਜਾ ਵਜਦੀਆਂ। ਇਸ ਤਰ੍ਹਾਂ ਕਈ ਐਕਸੀਡੈਂਟ ਹੋਏ। ਕਈਆਂ ਦੇ ਸੱਟਾਂ ਲਗੀਆਂ ਅਤੇ ਕਾਰਾਂ ਟੁਟੀਆਂ।

ਕਈ ਬੁੱਢੇ ਠੇਰਿਆਂ ਨੇ ਤਿਲਕ ਕੇ ਆਪਣੇ ਹੱਡ ਗੋਡੇ ਭਨਾਏ। ਇਸ ਕਰਕੇ ਜ਼ਿਆਦਾ ਤਰ ਸਿਆਣੇ ਲੋਕ ਬਰਫ਼ ਵਾਲੇ ਦਿਨ ਘਰ ਅੰਦਰ ਹੀ ਰਹਿਣਾ ਪਸੰਦ ਕਰਦੇ ਹਨ। ਜੇ ਕਿਤੇ ਜ਼ਿਆਦਾ ਜ਼ਰੂਰੀ ਕੰਮ ਹੋਵੇ ਤਾਂ ਹੀ ਬਾਹਰ ਨਿਕਲਦੇ ਹਨ।

ਬੱਚਿਆਂ ਲਈ ਤਾਂ ਇਹ ਦਿਨ ਬੜਾ ਖ਼ੁਸ਼ੀਆਂ ਭਰਿਆ ਦਿਨ ਸੀ। ਉਹ ਤਾਂ ਇਕ ਮਿੰਟ ਵੀ ਘਰ ਅੰਦਰ ਬੈਠਣਾ ਨਹੀਂ ਚਾਹੁੰਦੇ ਸਨ ਤੇ ਬਰਫ਼ ਨਾਲ ਖੇਡਦੇ ਸਾਰਾ ਦਿਨ ਨਹੀਂ ਥੱਕੇ। ਕਈ ਬੱਚੇ ਬਰਫ਼ ਦੇ ਲਡੂ ਬਣਾ ਬਣਾ ਕੇ ਇਕ ਦੂਜੇ ਦੇ ਮਾਰਦੇ ਅਤੇ ਕਈ ਹੋਰ ਬਰਫ਼ ਦੇ ਸਨੋ-ਮੈਨ ਬਣਾਉਂਦੇ ਹਨ। ਉਹਨਾਂ ਨੂੰ ਆਪਣੇ ਕਪੜਿਆਂ ਦੇ ਗੰਦਾ ਹੋਣ ਜਾਂ ਠੰਢ ਲੱਗ ਜਾਣ ਦੀ ਕੋਈ ਪ੍ਰਵਾਹ ਨਹੀਂ ਸੀ।

1. ਕਿਸੇ ਬਰਫ਼ਾਨੀ ਦਿਨ ਬਾਰੇ ਜੋ ਤੁਸੀਂ ਆਪ ਦੇਖਿਆ ਹੈ ਇਕ 300 ਸ਼ਬਦਾਂ ਦਾ ਲੇਖ ਲਿਖੋ।
2. ਆਮ ਤੌਰ ਤੇ ਦੇਖਿਆ ਗਿਆ ਹੈ ਕਿ ਬੱਚੇ ਸਿਆਣਿਆਂ ਨਾਲੋਂ ਵਧ ਬਰਫ਼ ਨੂੰ ਪਸੰਦ ਕਰਦੇ ਹਨ। ਕਿਉਂ ? ਇਸ ਬਾਰੇ ਇਕ 300 ਸ਼ਬਦਾਂ ਦਾ ਲੇਖ ਲਿਖੋ।

ਸੱਚ ਦੀ ਜਿੱਤ

ਦੁਨੀਆ ਦੇ ਸਭ ਧਰਮਾਂ ਦੇ ਬਾਨੀ ਇਨਸਾਨ ਨੂੰ ਸੱਚ ਬੋਲਣ ਲਈ ਪ੍ਰੇਰਦੇ ਹਨ। ਸੱਚੇ ਬੰਦੇ ਦਾ ਹਰੇਕ ਕੋਈ ਸਤਿਕਾਰ ਤੇ ਮਾਣ ਕਰਦਾ ਹੈ। ਨਾਸਤਿਕ ਬੰਦੇ ਸੱਚ ਤੋਂ ਬੇਮੁੱਖ ਹੋਏ ਹੁੰਦੇ ਹਨ ਤੇ ਉਹਨਾਂ ਬੰਦਿਆਂ ਦਾ ਦੁਨੀਆ ਵਿਚ ਕੋਈ ਯਕੀਨ ਨਹੀਂ ਕਰਦਾ। ਜਿਨ੍ਹਾਂ ਲੋਕਾਂ ਦਾ ਕਿੱਤਾ ਹੀ ਝੂਠ ਬੋਲਣਾ ਬਣ ਜਾਵੇ ਉਹਨਾਂ ਬਾਰੇ ਸਭ ਧਰਮ ਕਹਿੰਦੇ ਹਨ ਕਿ ਉਹ ਨਰਕਾਂ ਨੂੰ ਜਾਂਦੇ ਹਨ। ਜਿਨ੍ਹਾਂ ਲੋਕਾਂ ਨੂੰ ਆਪਣੇ ਧਰਮ ਵਿਚ

ਅਸੀਂ ਗੁਰੂ ਗ੍ਰੰਥ ਸਾਹਿਬ ਅੱਗੇ ਮੱਥਾ ਟੇਕਿਆ। ਮੇਰੀ ਮਾਤਾ ਜੀ ਅਤੇ ਛੋਟੀ ਭੈਣ ਤੀਵੀਆਂ ਵਾਲੇ ਪਾਸੇ ਅਤੇ ਮੇਰੇ ਪਿਤਾ ਜੀ ਅਤੇ ਮੈਂ ਆਦਮੀਆਂ ਵਾਲੇ ਪਾਸੇ ਬੈਠ ਗਏ। ਗੁਰਦਵਾਰੇ ਇਸ ਦਿਨ ਬਹੁਤ ਭੀੜ ਸੀ ਕਿਉਂਕਿ ਗੁਰੂ ਤੇਗ ਬਹਾਦਰ ਜੀ ਦਾ ਸ਼ਹੀਦੀ ਦਿਨ ਮਨਾਇਆ ਜਾ ਰਿਹਾ ਸੀ। ਸਾਨੂੰ ਕਾਫੀ ਦੇਰ ਪਹਿਲਾਂ ਆਉਣ ਕਰਕੇ ਬੈਠਣ ਲਈ ਹਾਲ ਵਿਚ ਥਾਂ ਮਿਲ ਗਈ ਸੀ ਪਰ ਜੋ ਬਾਅਦ ਵਿਚ ਆਏ ਉਹਨਾਂ ਨੂੰ ਬਾਹਰ ਬਰਾਂਡੇ ਵਿਚ ਅਤੇ ਪੌੜੀਆਂ ਵਿਚ ਹੀ ਬੈਠਣਾ ਪਿਆ।

ਦੱਸ ਕੁ ਵਜੇ ਅਖੰਡ ਪਾਠ ਦਾ ਭੋਗ ਪੈ ਗਿਆ ਸੀ। ਭੋਗ ਪੈਣ ਤੋਂ ਬਾਅਦ ਇਕ ਇੰਡੀਆ ਤੋਂ ਆਏ ਕੀਰਤਨੀਏ ਜਥੇ ਨੇ ਕੋਈ ਡੇੜ੍ਹ ਘੰਟਾ ਕੀਰਤਨ ਕੀਤਾ। ਸਾਰੇ ਕੀਰਤਨ ਨੂੰ ਬੜੇ ਧਿਆਨ ਤੇ ਦਿਲਚਸਪੀ ਨਾਲ ਸੁਣ ਰਹੇ ਸੀ। ਇਸ ਦਿਨ ਤਾਂ ਬੱਚਿਆਂ ਦਾ ਵੀ ਕੋਈ ਰੌਲਾ ਨਹੀਂ ਸੀ। ਇਸਤਰੀਆਂ ਨੇ ਆਪਣੇ ਆਪਣੇ ਬੱਚਿਆ ਨੂੰ ਚੁੱਪ ਕਰਾ ਕੇ ਬਿਠਾਇਆ ਹੋਇਆ ਸੀ। ਸਭ ਕੀਰਤਨ ਦਾ ਅਨੰਦ ਮਾਣ ਰਹੇ ਸੀ।

ਇਕ ਸਥਾਨਕ ਢਾਡੀ ਜਥਾ ਵੀ ਆਇਆ ਹੋਇਆ ਸੀ। ਕੀਰਤਨ ਤੋਂ ਬਾਅਦ ਇਸ ਢਾਡੀ ਜਥੇ ਨੇ ਗੁਰੂ ਤੇਗ ਬਹਾਦਰ ਜੀ ਦੀ ਜ਼ਿੰਦਗੀ ਬਾਰੇ ਗਾ ਕੇ ਚਾਨਣਾ ਪਾਇਆ। ਛੋਟੇ ਬੱਚੇ ਹੁਣ ਬੈਠੇ ਬੈਠੇ ਥੱਕ ਗਏ ਸਨ। ਆਪਣੀਆਂ ਮਾਵਾਂ ਦੇ ਰੋਕਣ ਦੇ ਬਾਵਜੂਦ ਵੀ ਉਹ ਉਠਕੇ ਹਾਲ ਤੋਂ ਬਾਹਰ ਜਾਈ ਜਾਂਦੇ ਸਨ। ਇਕ ਵਜੇ ਅਰਦਾਸ ਹੋਈ। ਅਰਦਾਸ ਦੇ ਪਿਛੋਂ ਗਰੰਥੀ ਜੀ ਨੇ ਗੁਰੂ ਗ੍ਰੰਥ ਸਾਹਿਬ ਤੋਂ ਇਕ ਵਾਕ ਲਿਆ ਅਤੇ ਫੇਰ ਕੁਝ ਸੇਵਾਦਾਰਾਂ ਨੇ ਕੜਾਹ ਪ੍ਰਸ਼ਾਦ ਵਰਤਾਇਆ।

ਗੁਰਦਵਾਰੇ ਦੇ ਪ੍ਰਧਾਨ ਨੇ ਆਪਣੀ ਕਮੇਟੀ ਵਲੋਂ ਕੀਰਤਨੀ ਜਥੇ, ਪਾਠੀਆਂ, ਢਾਡੀ ਜਥੇ, ਗ੍ਰੰਥੀ ਅਤੇ ਬਾਕੀ ਸਾਰੀ ਸੰਗਤ ਦਾ ਧੰਨਵਾਦ ਕੀਤਾ। ਇਹ ਐਲਾਨ ਵੀ ਕੀਤਾ ਕਿ ਹੇਠਾਂ ਗੁਰੂ ਕਾ ਲੰਗਰ ਵਰਤ ਰਿਹਾ ਹੈ ਅਤੇ ਸਾਰੇ ਲੰਗਰ ਛੱਕ ਕੇ ਜਾਣ। ਅਸੀਂ ਸਾਰਿਆਂ ਨੇ ਹੇਠਾਂ ਆ ਕੇ ਲੰਗਰ ਛੱਕਿਆ। ਜ਼ਿਆਦਾ ਸੰਗਤ ਆਉਣ ਕਰਕੇ ਇਥੇ ਵੀ ਕਾਫੀ ਭੀੜ ਸੀ। ਸਾਨੂੰ ਗੁਰੂ ਕਾ ਲੰਗਰ ਬਹੁਤ ਹੀ ਸੁਆਦ ਲਗਾ। ਫੇਰ ਅਸੀਂ ਆਪਣੇ ਜੋੜੇ ਸੇਵਾਦਾਰ ਕੋਲੋਂ ਲਏ ਅਤੇ ਕਾਰ ਵਿਚ ਬੈਠ ਕੇ ਵਾਪਸ ਆ ਗਏ।

1. ਕਿਸੇ ਧਾਰਮਿਕ ਅਸਥਾਨ ਬਾਰੇ, ਜਿਸ ਨੂੰ ਤੁਸੀਂ ਆਪ ਦੇਖਿਆ ਹੈ, ਲਿਖੋ।
2. ਕੀ ਤੁਸੀਂ ਜੋ ਧਾਰਮਿਕ ਅਸਥਾਨਾਂ ਤੇ ਪ੍ਰੋਗਰਾਮ ਹੁੰਦੇ ਹਨ ਉਹਨਾਂ ਨੂੰ ਸਮਝ ਲੈਂਦੇ ਹੋ ? ਤੁਹਾਡੇ ਖਿਆਲ ਵਿਚ ਪ੍ਰੋਗਰਾਮਾਂ ਨੂੰ ਲੋਕਾਂ ਦੇ ਸਮਝਣਯੋਗ ਬਨਾਉਣ ਲਈ ਕੀ ਕਰਨਾ ਚਾਹੀਦਾ ਹੈ ?
3. ਧਾਰਮਿਕ ਅਸਥਾਨਾਂ ਦੀ ਸਾਡੀ ਜਿੰਦਗੀ ਵਿਚ ਕੀ ਮਹੱਤਤਾ ਹੈ ? ਖੋਲ੍ਹ ਕੇ ਲਿਖੋ।

ਵਿਚ। ਪਰ ਇਸ ਪਰਵਾਰ ਦੇ ਬੱਚਿਆਂ ਨੂੰ ਪਿਆਰ ਦੀ ਥਾਂ ਸਵੇਰ ਤੋਂ ਸ਼ਾਮ ਤਕ ਗਾਲ੍ਹਾਂ ਮਿਲਦੀਆਂ। ਨਾ ਖਾਣ ਨੂੰ ਚੰਗਾ ਖਾਣਾ ਤੇ ਨਾ ਹੀ ਪਹਿਨਣ ਨੂੰ ਚੰਗੇ ਕਪੜੇ। ਜਿਸ ਤਰ੍ਹਾਂ ਉਹਨਾਂ ਦਾ ਬਾਪ ਗਾਲ੍ਹਾਂ ਕੱਢਦਾ ਉਸੇ ਤਰ੍ਹਾਂ ਇਹ ਬੱਚੇ ਵੀ ਗਾਲ੍ਹਾਂ ਕੱਢਦੇ। ਮਾਂ ਉਹਨਾਂ ਦੀ ਝੱਲਿਆਂ ਵਾਂਙ ਉਦਾਸ-ਚਿਤ ਤੇ ਆਪਣੀ ਕਿਸਮਤ ਨੂੰ ਰੋਂਦੀ ਰਹਿੰਦੀ। ਜ਼ਿਆਦਾ ਕਸੂਰ ਬਾਪ ਦਾ ਹੀ ਹੈ ਕਿਉਂਕਿ ਉਹ ਹਰ ਰੋਜ਼ ਸ਼ਾਮ ਨੂੰ ਸ਼ਰਾਬ ਪੀ ਕੇ ਆਉਂਦਾ ਹੈ ਤੇ ਉਸ ਦੀ ਪਤਨੀ ਉਸ ਨੂੰ ਇਸ ਭੈੜੀ ਵਾਦੀ ਤੋਂ ਰੋਕਦੀ ਹੈ।

ਅਸੀਂ ਹਰ ਰੋਜ਼ ਸੋਚਦੇ ਰਹਿੰਦੇ ਹਾਂ ਕਿ ਇਸ ਪਰਵਾਰ ਦਾ ਸਾਡੇ ਪਰਵਾਰ ਤੇ ਅਸਰ ਪੈਣਾ ਕੁਦਰਤੀ ਹੈ। ਇਸ ਲਈ ਕਦੇ ਤਾਂ ਅਸੀਂ ਮਕਾਨ ਬਦਲਣ ਬਾਰੇ ਸੋਚਦੇ ਹਾਂ ਪਰ ਜਦੋਂ ਦੂਜੇ ਪਾਸੇ ਦੇ ਗੁਆਂਢੀ ਦਾ ਖ਼ਿਆਲ ਆ ਜਾਂਦਾ ਹੈ ਤਾਂ ਇਹ ਸਲਾਹ ਬਦਲ ਜਾਂਦੀ ਹੈ। ਫੇਰ ਅਸੀਂ ਵਾਹਿਗੁਰੂ ਅੱਗੇ ਅਰਦਾਸ ਕਰਦੇ ਹਾਂ ਕਿ ਉਹ ਇਸ ਟੱਬਰ ਨੂੰ ਚੰਗੇ ਰੱਸਤੇ ਤੇ ਪਾਵੇ ਅਤੇ ਇਹਨਾਂ ਦੇ ਘਰ ਸ਼ਾਂਤੀ ਅਤੇ ਸੰਤੋਖ ਹੋਵੇ।

1. ਤੁਹਾਡੇ ਗੁਆਂਢੀ ਕਿਸ ਤਰ੍ਹਾਂ ਦੇ ਹਨ ? ਉਹਨਾਂ ਬਾਰੇ ਇਕ 300 ਸ਼ਬਦਾਂ ਦਾ ਲੇਖ ਲਿਖੋ।
2. ਚੰਗੇ ਅਤੇ ਮਾੜੇ ਗੁਆਂਢੀਆਂ ਦੇ ਲਾਭ ਅਤੇ ਹਾਣੀਆਂ ਲਿਖੋ।
3. ਗੁਆਂਢੀ ਕਿਸ ਤਰ੍ਹਾਂ ਦੇ ਹੋਣੇ ਚਾਹੀਦੇ ਹਨ। ਆਪਣੇ ਗੁਆਂਢੀਆਂ ਨਾਲ ਚੰਗਾ ਸਬੰਧ ਪੈਦਾ ਕਰਨ ਲਈ ਤੁਹਾਨੂੰ ਕੀ ਕਰਨਾ ਚਾਹੀਦਾ ਹੈ ?

ਧਾਰਮਿਕ ਅਸਥਾਨ ਦੀ ਯਾਤਰਾ

ਸ਼ਨਿੱਚਰਵਾਰ ਸ਼ਾਮ ਨੂੰ ਸਾਡੇ ਮਾਤਾ ਅਤੇ ਪਿਤਾ ਜੀ ਨੇ ਸਾਨੂੰ ਦਸਿਆ ਕਿ ਸਵੇਰੇ ਐਤਵਾਰ ਨੂੰ ਅਸੀਂ ਸਾਰੇ ਪਰਵਾਰ ਨੇ ਗੁਰਦਵਾਰੇ ਜਾਣਾ ਹੈ। ਸੋ ਐਤਵਾਰ ਵਾਲੇ ਦਿਨ ਅਸੀਂ ਸਵੇਰੇ ਉਠ ਕੇ ਆਪਣਾ ਹੱਥ ਮੂੰਹ ਧੋਤਾ। ਮਾਤਾ ਜੀ ਨੇ ਨਾਸ਼ਤਾ ਤਿਆਰ ਕੀਤਾ ਅਤੇ ਅਸੀਂ ਨਾਸ਼ਤਾ ਖਾ ਕੇ ਗੁਰਦਵਾਰੇ ਨੂੰ ਜਾਣ ਲਈ ਤਿਆਰ ਹੋ ਗਏ।

ਪਿਤਾ ਜੀ ਨੇ ਕਾਰ ਗੈਰਿਜ ਵਿਚੋਂ ਬਾਹਰ ਕੱਢੀ ਅਤੇ ਮਾਤਾ ਜੀ, ਮੇਰੀ ਛੋਟੀ ਭੈਣ ਅਤੇ ਮੈਂ ਸਾਰੇ ਕਾਰ ਵਿਚ ਬੈਠ ਗਏ। ਗੁਰਦਵਾਰਾ ਸਾਡੇ ਘਰ ਤੋਂ ਕੋਈ ਬਹੁਤੀ ਦੂਰ ਨਹੀਂ ਸੀ। ਇਸ ਲਈ ਅਸੀਂ ਕੋਈ ਦਸਾਂ ਕੁ ਮਿੰਟਾਂ ਵਿਚ ਹੀ ਪਹੁੰਚ ਗਏ। ਅਸੀਂ ਆਪਣੇ ਜੋੜੇ ਖੋਲ੍ਹ ਕੇ ਸੇਵਾਦਾਰ ਨੂੰ ਦੇ ਦਿਤੇ ਅਤੇ ਉਪਰ ਹਾਲ ਵਿਚ ਚਲੇ ਗਏ।

ਵਿਚ। ਪਰ ਇਸ ਪਰਵਾਰ ਦੇ ਬੱਚਿਆਂ ਨੂੰ ਪਿਆਰ ਦੀ ਥਾਂ ਸਵੇਰ ਤੋਂ ਸ਼ਾਮ ਤਕ ਗਾਲ੍ਹਾਂ ਮਿਲਦੀਆਂ। ਨਾ ਖਾਣ ਨੂੰ ਚੰਗਾ ਖਾਣਾ ਤੇ ਨਾ ਹੀ ਪਹਿਨਣ ਨੂੰ ਚੰਗੇ ਕਪੜੇ। ਜਿਸ ਤਰ੍ਹਾਂ ਉਹਨਾਂ ਦਾ ਬਾਪ ਗਾਲ੍ਹਾਂ ਕੱਢਦਾ ਉਸੇ ਤਰ੍ਹਾਂ ਇਹ ਬੱਚੇ ਵੀ ਗਾਲ੍ਹਾਂ ਕੱਢਦੇ। ਮਾਂ ਉਹਨਾਂ ਦੀ ਝੱਲਿਆਂ ਵਾਂਙ ਉਦਾਸ-ਚਿਤ ਤੇ ਆਪਣੀ ਕਿਸਮਤ ਨੂੰ ਰੋਂਦੀ ਰਹਿੰਦੀ। ਜ਼ਿਆਦਾ ਕਸੂਰ ਬਾਪ ਦਾ ਹੀ ਹੈ ਕਿਉਂਕਿ ਉਹ ਹਰ ਰੋਜ਼ ਸ਼ਾਮ ਨੂੰ ਸ਼ਰਾਬ ਪੀ ਕੇ ਆਉਂਦਾ ਹੈ ਤੇ ਉਸ ਦੀ ਪਤਨੀ ਉਸ ਨੂੰ ਇਸ ਭੈੜੀ ਵਾਦੀ ਤੋਂ ਰੋਕਦੀ ਹੈ।

ਅਸੀਂ ਹਰ ਰੋਜ਼ ਸੋਚਦੇ ਰਹਿੰਦੇ ਹਾਂ ਕਿ ਇਸ ਪਰਵਾਰ ਦਾ ਸਾਡੇ ਪਰਵਾਰ ਤੇ ਅਸਰ ਪੈਣਾ ਕੁਦਰਤੀ ਹੈ। ਇਸ ਲਈ ਕਦੇ ਤਾਂ ਅਸੀਂ ਮਕਾਨ ਬਦਲਣ ਬਾਰੇ ਸੋਚਦੇ ਹਾਂ ਪਰ ਜਦੋਂ ਦੂਜੇ ਪਾਸੇ ਦੇ ਗੁਆਂਢੀ ਦਾ ਖ਼ਿਆਲ ਆ ਜਾਂਦਾ ਹੈ ਤਾਂ ਇਹ ਸਲਾਹ ਬਦਲ ਜਾਂਦੀ ਹੈ। ਫੇਰ ਅਸੀਂ ਵਾਹਿਗੁਰੂ ਅੱਗੇ ਅਰਦਾਸ ਕਰਦੇ ਹਾਂ ਕਿ ਉਹ ਇਸ ਟੱਬਰ ਨੂੰ ਚੰਗੇ ਰੱਸਤੇ ਤੇ ਪਾਵੇ ਅਤੇ ਇਹਨਾਂ ਦੇ ਘਰ ਸ਼ਾਂਤੀ ਅਤੇ ਸੰਤੋਖ ਹੋਵੇ।

1. ਤੁਹਾਡੇ ਗੁਆਂਢੀ ਕਿਸ ਤਰ੍ਹਾਂ ਦੇ ਹਨ ? ਉਹਨਾਂ ਬਾਰੇ ਇਕ 300 ਸ਼ਬਦਾਂ ਦਾ ਲੇਖ ਲਿਖੋ।
2. ਚੰਗੇ ਅਤੇ ਮਾੜੇ ਗੁਆਂਢੀਆਂ ਦੇ ਲਾਭ ਅਤੇ ਹਾਣੀਆਂ ਲਿਖੋ।
3. ਗੁਆਂਢੀ ਕਿਸ ਤਰ੍ਹਾਂ ਦੇ ਹੋਣੇ ਚਾਹੀਦੇ ਹਨ। ਆਪਣੇ ਗੁਆਂਢੀਆਂ ਨਾਲ ਚੰਗਾ ਸਬੰਧ ਪੈਦਾ ਕਰਨ ਲਈ ਤੁਹਾਨੂੰ ਕੀ ਕਰਨਾ ਚਾਹੀਦਾ ਹੈ ?

ਧਾਰਮਿਕ ਅਸਥਾਨ ਦੀ ਯਾਤਰਾ

ਸ਼ਨਿੱਚਰਵਾਰ ਸ਼ਾਮ ਨੂੰ ਸਾਡੇ ਮਾਤਾ ਅਤੇ ਪਿਤਾ ਜੀ ਨੇ ਸਾਨੂੰ ਦਸਿਆ ਕਿ ਸਵੇਰੇ ਐਤਵਾਰ ਨੂੰ ਅਸੀਂ ਸਾਰੇ ਪਰਵਾਰ ਨੇ ਗੁਰਦਵਾਰੇ ਜਾਣਾ ਹੈ। ਸੋ ਐਤਵਾਰ ਵਾਲੇ ਦਿਨ ਅਸੀਂ ਸਵੇਰੇ ਉਠ ਕੇ ਆਪਣਾ ਹੱਥ ਮੂੰਹ ਧੋਤਾ। ਮਾਤਾ ਜੀ ਨੇ ਨਾਸ਼ਤਾ ਤਿਆਰ ਕੀਤਾ ਅਤੇ ਅਸੀਂ ਨਾਸ਼ਤਾ ਖਾ ਕੇ ਗੁਰਦਵਾਰੇ ਨੂੰ ਜਾਣ ਲਈ ਤਿਆਰ ਹੋ ਗਏ।

ਪਿਤਾ ਜੀ ਨੇ ਕਾਰ ਗੈਰਿਜ ਵਿਚੋਂ ਬਾਹਰ ਕੱਢੀ ਅਤੇ ਮਾਤਾ ਜੀ, ਮੇਰੀ ਛੋਟੀ ਭੈਣ ਅਤੇ ਮੈਂ ਸਾਰੇ ਕਾਰ ਵਿਚ ਬੈਠ ਗਏ। ਗੁਰਦਵਾਰਾ ਸਾਡੇ ਘਰ ਤੋਂ ਕੋਈ ਬਹੁਤੀ ਦੂਰ ਨਹੀਂ ਸੀ। ਇਸ ਲਈ ਅਸੀਂ ਕੋਈ ਦਸਾਂ ਕੁ ਮਿੰਟਾਂ ਵਿਚ ਹੀ ਪਹੁੰਚ ਗਏ। ਅਸੀਂ ਆਪਣੇ ਜੋੜੇ ਖੋਲ੍ਹ ਕੇ ਸੇਵਾਦਾਰ ਨੂੰ ਦੇ ਦਿਤੇ ਅਤੇ ਉਪਰ ਹਾਲ ਵਿਚ ਚਲੇ ਗਏ।

ਅਸੀਂ ਗੁਰੂ ਗ੍ਰੰਥ ਸਾਹਿਬ ਅੱਗੇ ਮੱਥਾ ਟੇਕਿਆ। ਮੇਰੀ ਮਾਤਾ ਜੀ ਅਤੇ ਛੋਟੀ ਭੈਣ ਤੀਵੀਆਂ ਵਾਲੇ ਪਾਸੇ ਅਤੇ ਮੇਰੇ ਪਿਤਾ ਜੀ ਅਤੇ ਮੈਂ ਆਦਮੀਆਂ ਵਾਲੇ ਪਾਸੇ ਬੈਠ ਗਏ। ਗੁਰਦਵਾਰੇ ਇਸ ਦਿਨ ਬਹੁਤ ਭੀੜ ਸੀ ਕਿਉਂਕਿ ਗੁਰੂ ਤੇਗ ਬਹਾਦਰ ਜੀ ਦਾ ਸ਼ਹੀਦੀ ਦਿਨ ਮਨਾਇਆ ਜਾ ਰਿਹਾ ਸੀ। ਸਾਨੂੰ ਕਾਫੀ ਦੇਰ ਪਹਿਲਾਂ ਆਉਣ ਕਰਕੇ ਬੈਠਣ ਲਈ ਹਾਲ ਵਿਚ ਥਾਂ ਮਿਲ ਗਈ ਸੀ ਪਰ ਜੋ ਬਾਅਦ ਵਿਚ ਆਏ ਉਹਨਾਂ ਨੂੰ ਬਾਹਰ ਬਰਾਂਡੇ ਵਿਚ ਅਤੇ ਪੌੜੀਆਂ ਵਿਚ ਹੀ ਬੈਠਣਾ ਪਿਆ।

ਦੱਸ ਕੁ ਵਜੇ ਅਖੰਡ ਪਾਠ ਦਾ ਭੋਗ ਪੈ ਗਿਆ ਸੀ। ਭੋਗ ਪੈਣ ਤੋਂ ਬਾਅਦ ਇਕ ਇੰਡੀਆ ਤੋਂ ਆਏ ਕੀਰਤਨੀਏ ਜਥੇ ਨੇ ਕੋਈ ਡੇਢ਼ ਘੰਟਾ ਕੀਰਤਨ ਕੀਤਾ। ਸਾਰੇ ਕੀਰਤਨ ਨੂੰ ਬੜੇ ਧਿਆਨ ਤੇ ਦਿਲਚਸਪੀ ਨਾਲ ਸੁਣ ਰਹੇ ਸੀ। ਇਸ ਦਿਨ ਤਾਂ ਬੱਚਿਆਂ ਦਾ ਵੀ ਕੋਈ ਰੌਲਾ ਨਹੀਂ ਸੀ। ਇਸਤਰੀਆਂ ਨੇ ਆਪਣੇ ਆਪਣੇ ਬੱਚਿਆ ਨੂੰ ਚੁੱਪ ਕਰਾ ਕੇ ਬਿਠਾਇਆ ਹੋਇਆ ਸੀ। ਸਭ ਕੀਰਤਨ ਦਾ ਅਨੰਦ ਮਾਣ ਰਹੇ ਸੀ।

ਇਕ ਸਥਾਨਕ ਢਾਡੀ ਜਥਾ ਵੀ ਆਇਆ ਹੋਇਆ ਸੀ। ਕੀਰਤਨ ਤੋਂ ਬਾਅਦ ਇਸ ਢਾਡੀ ਜਥੇ ਨੇ ਗੁਰੂ ਤੇਗ ਬਹਾਦਰ ਜੀ ਦੀ ਜ਼ਿੰਦਗੀ ਬਾਰੇ ਗਾ ਕੇ ਚਾਨਣਾ ਪਾਇਆ। ਛੋਟੇ ਬੱਚੇ ਹੁਣ ਬੈਠੇ ਬੈਠੇ ਥੱਕ ਗਏ ਸਨ। ਆਪਣੀਆਂ ਮਾਵਾਂ ਦੇ ਰੋਕਣ ਦੇ ਬਾਵਜੂਦ ਵੀ ਉਹ ਉਠਕੇ ਹਾਲ ਤੋਂ ਬਾਹਰ ਜਾਈ ਜਾਂਦੇ ਸਨ। ਇਕ ਵਜੇ ਅਰਦਾਸ ਹੋਈ। ਅਰਦਾਸ ਦੇ ਪਿਛੋਂ ਗਰੰਥੀ ਜੀ ਨੇ ਗੁਰੂ ਗ੍ਰੰਥ ਸਾਹਿਬ ਤੋਂ ਇਕ ਵਾਕ ਲਿਆ ਅਤੇ ਫੇਰ ਕੁਝ ਸੇਵਾਦਾਰਾਂ ਨੇ ਕੜਾਹ ਪ੍ਰਸ਼ਾਦ ਵਰਤਾਇਆ।

ਗੁਰਦਵਾਰੇ ਦੇ ਪ੍ਰਧਾਨ ਨੇ ਆਪਣੀ ਕਮੇਟੀ ਵਲੋਂ ਕੀਰਤਨੀ ਜਥੇ, ਪਾਠੀਆਂ, ਢਾਡੀ ਜਥੇ, ਗ੍ਰੰਥੀ ਅਤੇ ਬਾਕੀ ਸਾਰੀ ਸੰਗਤ ਦਾ ਧੰਨਵਾਦ ਕੀਤਾ। ਇਹ ਐਲਾਨ ਵੀ ਕੀਤਾ ਕਿ ਹੇਠਾਂ ਗੁਰੂ ਕਾ ਲੰਗਰ ਵਰਤ ਰਿਹਾ ਹੈ ਅਤੇ ਸਾਰੇ ਲੰਗਰ ਛੱਕ ਕੇ ਜਾਣ। ਅਸੀਂ ਸਾਰਿਆਂ ਨੇ ਹੇਠਾਂ ਆ ਕੇ ਲੰਗਰ ਛੱਕਿਆ। ਜ਼ਿਆਦਾ ਸੰਗਤ ਆਉਣ ਕਰਕੇ ਇਥੇ ਵੀ ਕਾਫੀ ਭੀੜ ਸੀ। ਸਾਨੂੰ ਗੁਰੂ ਕਾ ਲੰਗਰ ਬਹੁਤ ਹੀ ਸੁਆਦ ਲਗ਼ਾ। ਫੇਰ ਅਸੀਂ ਆਪਣੇ ਜੋੜੇ ਸੇਵਾਦਾਰ ਕੋਲੋਂ ਲਏ ਅਤੇ ਕਾਰ ਵਿਚ ਬੈਠ ਕੇ ਵਾਪਸ ਆ ਗਏ।

1. ਕਿਸੇ ਧਾਰਮਿਕ ਅਸਥਾਨ ਬਾਰੇ, ਜਿਸ ਨੂੰ ਤੁਸੀਂ ਆਪ ਦੇਖਿਆ ਹੈ, ਲਿਖੋ।
2. ਕੀ ਤੁਸੀਂ ਜੋ ਧਾਰਮਿਕ ਅਸਥਾਨਾਂ ਤੇ ਪ੍ਰੋਗਰਾਮ ਹੁੰਦੇ ਹਨ ਉਹਨਾਂ ਨੂੰ ਸਮਝ ਲੈਂਦੇ ਹੋ? ਤੁਹਾਡੇ ਖਿਆਲ ਵਿਚ ਪ੍ਰੋਗਰਾਮਾਂ ਨੂੰ ਲੋਕਾਂ ਦੇ ਸਮਝਣਯੋਗ ਬਨਾਉਣ ਲਈ ਕੀ ਕਰਨਾ ਚਾਹੀਦਾ ਹੈ?
3. ਧਾਰਮਿਕ ਅਸਥਾਨਾਂ ਦੀ ਸਾਡੀ ਜਿੰਦਗੀ ਵਿਚ ਕੀ ਮਹੱਤਤਾ ਹੈ? ਖੋਲ੍ਹ ਕੇ ਲਿਖੋ।

ਪਿੰਡ ਦਾ ਜੀਵਨ

ਪਿੰਡਾਂ ਦਾ ਜੀਵਨ ਬਹੁਤ ਸਾਦਾ ਜਿਹਾ ਜੀਵਨ ਹੈ। ਭਾਰਤ ਦੇ ਬਹੁਤੇ ਲੋਕੀਂ ਪਿੰਡਾਂ ਵਿਚ ਹੀ ਰਹਿੰਦੇ ਹਨ। ਪੇਂਡੂ ਲੋਕਾਂ ਦਾ ਮੁੱਖ ਕਿੱਤਾ ਖੇਤੀ ਬਾੜੀ ਕਰਨਾ ਹੈ।

ਪੰਜਾਬ ਦੇ ਪਿੰਡਾਂ ਦੀ ਵਸੋਂ ਜ਼ਿਆਦਾ-ਤਰ ਸਿੱਖਾਂ ਦੀ ਹੈ ਪਰ ਹਿੰਦੂਆਂ ਦੀ ਵੀ ਕਾਫ਼ੀ ਗਿਣਤੀ ਹੈ। ਹੋਰ ਧਰਮਾਂ ਦੇ ਲੋਕ ਪੰਜਾਬ ਵਿਚ ਘੱਟ ਹੀ ਰਹਿੰਦੇ ਹਨ। ਤਕਰੀਬਨ ਹਰੇਕ ਪਿੰਡ ਵਿਚ ਇਕ ਜਾਂ ਦੋ ਗੁਰਦਵਾਰੇ ਹਨ। ਪੇਂਡੂ ਲੋਕ ਸਿੱਖੀ ਦੇ ਬਹੁਤ ਸ਼ਰਧਾਲੂ ਹਨ। ਸਵੇਰ ਅਤੇ ਸ਼ਾਮ ਨੂੰ ਗੁਰਦਵਾਰਿਆਂ ਵਿਚ ਕੀਰਤਨ ਹੁੰਦਾ ਹੈ ਤੇ ਸੰਗਤਾਂ ਬਹੁਤ ਭਾਰੀ ਗਿਣਤੀ ਵਿਚ ਹੁਮ ਹੁਮਾ ਕੇ ਜਾਂਦੀਆਂ ਹਨ। ਕਈ ਵਾਰੀ ਗੁਰਪੁਰਬਾਂ ਤੇ ਸੰਗਤਾਂ ਇਤਨੀਆਂ ਜ਼ਿਆਦਾ ਜਾਂਦੀਆਂ ਹਨ ਕਿ ਤਿਲ ਸੁਟਣ ਨੂੰ ਜਗ੍ਹਾ ਨਹੀ ਮਿਲਦੀ।

ਪੇਂਡੂ ਲੋਕ ਤਿਹਵਾਰਾਂ ਨੂੰ ਬੜੀ ਸ਼ਰਧਾ ਅਤੇ ਧੂਮ ਧਾਮ ਨਾਲ ਮਨਾਉਂਦੇ ਹਨ। ਗੁਰਪੁਰਬ, ਵਿਸਾਖੀ ਤੇ ਦੀਵਾਲੀ ਪੇਂਡੂ ਲੋਕਾਂ ਦੇ ਸ਼ੁੱਭ ਉਤਸਵ ਹਨ। ਪੇਂਡੂ ਲੋਕ ਸ਼ਹਿਰਾਂ ਵਾਲਿਆਂ ਨਾਲੋਂ ਜ਼ਿਆਦਾ ਤੱਕੜੇ ਹੁੰਦੇ ਹਨ ਅਤੇ ਹਰੇਕ ਕੰਮ ਕਰਨ ਦੀ ਸਮਰਥਾ ਰਖਦੇ ਹਨ।

ਅਜ ਤੋਂ ਕਈ ਸਾਲ ਪਹਿਲਾਂ ਪਿੰਡਾਂ ਦੀ ਹਾਲਤ ਬਹੁਤ ਗੰਦੀ ਸੀ। ਪਰ ਅਜਕਲ੍ਹ ਤਾਂ ਪਿੰਡਾਂ ਦੀ ਹਾਲਤ ਕਾਫ਼ੀ ਸੁਧਰ ਗਈ ਹੈ। ਪਹਿਲਾਂ ਨਾਲੋਂ ਪਿੰਡਾਂ ਨੇ ਹਰ ਖੇਤਰ ਵਿਚ ਕਾਫ਼ੀ ਉਨਤੀ ਕੀਤੀ ਹੈ। ਪਿੰਡਾਂ ਵਿਚ ਸਕੂਲ, ਡਾਕਖਾਨੇ ਅਤੇ ਬੈਂਕ ਖੁੱਲ ਗਏ ਹਨ ਜਿਹਨਾਂ ਨੇ ਪਿੰਡਾਂ ਦੀ ਤਰੱਕੀ ਲਈ ਕਾਫ਼ੀ ਹਿੱਸਾ ਪਾਇਆ ਹੈ। ਤਕਰੀਬਨ ਹਰੇਕ ਮਕਾਨ ਵਿਚ ਬਿਜਲੀ ਫ਼ਿਟ ਹੈ। ਅਜਕਲ ਪਿੰਡਾਂ ਵਿਚ ਪਹਿਲੋਂ ਨਾਲੋਂ ਸਹੂਲਤਾਂ ਵੀ ਵੱਧ ਗਈਆਂ ਹਨ। ਹਰ ਪਿੰਡ ਵਿਚ ਬੱਸ ਵੀ ਜਾਣ ਲਗ ਪਈ ਹੈ। ਪਿੰਡਾਂ ਵਿਚ ਸ਼ਹਿਰਾਂ ਨਾਲੋਂ ਗੰਦਗੀ ਘੱਟ ਹੈ ਅਤੇ ਪਿੰਡਾਂ ਦੀ ਆਬੋ ਹਵਾ ਸ਼ਹਿਰਾਂ ਨਾਲੋਂ ਚੰਗੀ ਹੁੰਦੀ ਹੈ।

ਪਿੰਡਾਂ ਦੇ ਬਹੁਤ ਸਾਰੇ ਆਂਢੀ ਗੁਆਂਢੀ ਬੜੇ ਪਿਆਰ ਤੇ ਸਤਿਕਾਰ ਨਾਲ ਆਪਣਾ ਜੀਵਨ ਬਤੀਤ ਕਰਦੇ ਹਨ। ਅੱਜ ਤੋਂ ਕਈ ਸਾਲ ਪਹਿਲਾਂ ਪਿੰਡਾਂ ਦੇ ਕਿਸਾਨ ਖੇਤੀ ਬਾੜੀ ਦਾ ਕੰਮ ਹੱਥੀਂ ਕਰਦੇ ਹੁੰਦੇ ਸਨ। ਪਰ ਅਜਕਲ੍ਹ ਤਾਂ ਖੇਤੀਬਾੜੀ ਦਾ ਦ੍ਰਿਸ਼ ਹੀ ਬਦਲ ਗਿਆ ਹੈ। ਇਹ ਸਭ ਕੁਝ ਮਸ਼ੀਨਰੀ ਦੀ ਵਰਤੋਂ ਕਰਕੇ ਹੀ ਹੋਇਆ ਹੈ। ਹੁਣ ਬਹੁਤ ਸਾਰੇ ਕਿਸਾਨਾਂ ਕੋਲ ਆਪਣੇ ਟਰੈਕਟਰ ਹਨ। ਜਿਨ੍ਹਾਂ ਕੋਲ ਆਪਣੇ ਟਰੈਕਟਰ ਨਹੀਂ ਹਨ ਉਹ ਆਪਣੇ ਸਾਥੀਆਂ ਕੋਲੋਂ ਜਾਂ ਫਿਰ ਕਿਸੇ ਨੂੰ ਪੈਸੇ ਦੇ ਕੇ ਆਪਣੀ ਜ਼ਮੀਨ ਵਹਾ ਲੈਂਦੇ ਹਨ।

ਪਾਣੀ ਖੇਤੀ-ਬਾੜੀ ਲਈ ਇਕ ਬਹੁਤ ਮੱਹਤਵ-ਪੂਰਨ ਸ਼ਕਤੀ ਦਾ ਸੋਮਾ ਹੈ। ਪਾਣੀ

ਤੋਂ ਬਗ਼ੈਰ ਜ਼ਮੀਨ ਬੰਜਰ ਬਣ ਜਾਂਦੀ ਹੈ। ਅੱਜ ਕਲ ਪੰਜਾਬ ਦੇ ਪਿੰਡਾਂ ਵਿਚ ਪਾਣੀ ਦੀ ਵੀ ਕੋਈ ਘਾਟ ਨਹੀਂ। ਹਰੇਕ ਕਿਸਾਨ ਨੇ ਆਪਣੀ ਜ਼ਮੀਨ ਵਿਚ ਟੀਊਬਵੈਲ ਲਗਾਇਆ ਹੋਇਆ ਹੈ।

1. 'ਪਿੰਡ ਦੇ ਜੀਵਨ' ਬਾਰੇ ਇਕ 300 ਸ਼ਬਦਾਂ ਦਾ ਲੇਖ ਆਪਣੇ ਸ਼ਬਦਾ ਵਿਚ ਲਿਖੋ।
2. ਪਿੰਡ ਅਤੇ ਸ਼ਹਿਰ ਦੇ ਜੀਵਨ ਦੀ ਤੁਲਣਾ ਆਪਣੇ ਸ਼ਬਦਾਂ ਵਿਚ ਕਰੋ।
3. ਤੁਸੀਂ ਪਿੰਡ ਵਿਚ ਰਹਿਣਾ ਪਸੰਦ ਕਰੋਗੇ ਕਿ ਸ਼ਹਿਰ ਵਿਚ ? ਇਸ ਬਾਰੇ ਇਕ 300 ਸ਼ਬਦਾਂ ਦਾ ਲੇਖ ਲਿਖੋ।

ਪੰਜਾਬੀ ਖੇਡਾਂ

ਪੰਜਾਬ ਜਿਥੇ ਅੰਨ ਉਪਜਾਉਣ ਵਿਚ ਭਾਰਤ ਦਾ ਮੋਢੀ ਹੈ ਉਥੇ ਖੇਡਾਂ ਵਿਚ ਵੀ ਪਿਛੇ ਨਹੀਂ। ਪੰਜਾਬ ਨੇ ਭਾਰਤ ਨੂੰ ਹੀ ਨਹੀਂ ਸਗੋਂ ਦੁਨੀਆ ਨੂੰ ਵੀ ਦਾਰਾ ਸਿੰਘ ਵਰਗੇ ਪਹਿਲਵਾਨ ਅਤੇ ਮਿਲਖਾ ਸਿੰਘ ਵਰਗੇ ਦੌੜਾਕ ਦਿੱਤੇ ਹਨ। ਪੰਜਾਬ ਵਿਚ ਖੇਡਾਂ ਰੁੱਤਾਂ ਦੇ ਮੁਤਾਬਕ ਬਦਲਦੀਆਂ ਰਹਿੰਦੀਆਂ ਹਨ।

ਪੰਜਾਬ ਵਿਚ ਅਨੇਕ ਪ੍ਰਕਾਰ ਦੀਆਂ ਖੇਡਾਂ ਖੇਡੀਆਂ ਜਾਂਦੀਆਂ ਹਨ ਜਿਵੇਂ ਕਿ ਕਬੱਡੀ, ਗੁੱਲੀ ਡੰਡਾ, ਪਹਿਲਵਾਨੀ ਘੋਲ, ਕੋਰੜਾ ਛਪਾਕੀ, ਪਿਠੂ ਗਰਮ, ਲੁਕਨਮੀਚੀ, ਖਿਦੋ ਖੂੰਡੀ, ਪਤੰਗ ਚੜ੍ਹਾਉਣੇ, ਵੀਣੀ ਫੜਨੀ, ਅੱਡਾ ਖੱਡਾ, ਬੈਲ ਗਡੀਆਂ ਦੀਆਂ ਦੌੜਾਂ, ਘੋੜ ਦੌੜ, ਬਾਜੀਆਂ ਪਾਉਣੀਆਂ, ਛਾਲਾਂ ਮਾਰਨੀਆਂ, ਬੈਠਕਾਂ ਕਢਣੀਆਂ, ਮੁੰਗਲੀਆਂ ਫੇਰਨੀਆਂ, ਭਾਰ ਚੁਕਣਾ, ਰੱਸਾ ਖਿਚਣਾ, ਗੋਲਾ ਸੁਟਣਾ, ਪੀਲੋ, ਪੀਂਘ ਝੂਟਣੀ, ਚੰਡੋਲ ਝੂਟਣੇ, ਕਿਕਲੀ ਪਾਉਣਾ, ਗਤਕਾ ਖੇਡਣਾ, ਤਾਸ਼ ਖੇਡਣੀ, ਕੁਕੜਾਂ ਨੂੰ ਲੜਾਉਣਾ, ਅਤੇ ਆਸਣ ਲਾਣੇ, ਆਦਿ। ਅੱਜ ਕਲ੍ਹ ਸਕੂਲਾਂ ਅਤੇ ਕਾਲਜਾਂ ਵਿਚ ਫ਼ੁਟਬਾਲ, ਹਾਕੀ, ਵਾਲੀ-ਬਾਲ, ਕਬੱਡੀ, ਟੈਨਸ ਅਤੇ ਬੈਡਮਿੰਟਨ ਅਤੇ ਕਈ ਹੋਰ ਖੇਡਾਂ ਆਮ ਖੇਡੀਆਂ ਜਾਂਦੀਆਂ ਹਨ। ਕਈ ਅਮੀਰ ਆਦਮੀ ਸ਼ਿਕਾਰ ਖੇਡਦੇ ਹਨ।

ਕਈ ਪੰਜਾਬੀ ਖੇਡਾਂ ਐਸੀਆਂ ਹਨ ਜਿਹਨਾਂ ਨੂੰ ਖੇਡਣ ਲਈ ਕਿਸੇ ਵਿਸ਼ੇਸ਼ ਸਾਮਾਨ ਦੀ ਲੋੜ ਨਹੀਂ। ਇਹਨਾਂ ਖੇਡਾਂ ਤੇ ਕੋਈ ਖ਼ਰਚ ਨਹੀਂ ਆਉਂਦਾ ਅਤੇ ਖੇਡਣ ਲਈ ਖੁਲ੍ਹੀ ਥਾਂ ਅਤੇ ਖਿਡਾਰੀ ਚਾਹੀਦੇ ਹਨ। ਪੰਜਾਬੀ ਖੇਡਾਂ ਵਿਚੋਂ ਸਭ ਤੋਂ ਜ਼ਿਆਦਾ ਪ੍ਰਸਿਧ ਕਬੱਡੀ ਅਤੇ ਘੋਲ ਹਨ। ਕਬੱਡੀ ਦੀਆਂ ਕਈ ਕਿਸਮਾਂ ਹਨ ਜਿਵੇਂ ਕਿ :—ਢਾਹ ਕਬੱਡੀ

ਘੋੜਾ ਕਬੱਡੀ, ਗੂੰਗੀ ਕਬੱਡੀ ਅਤੇ ਨੈਸ਼ਨਲ ਕਬੱਡੀ। ਨੈਸ਼ਨਲ ਕਬੱਡੀ ਜ਼ਿਆਦਾਤਰ ਸਕੂਲਾਂ ਅਤੇ ਕਾਲਜਾਂ ਵਿਚ ਹੀ ਖੇਡੀ ਜਾਂਦੀ ਹੈ। ਇਸ ਨੂੰ ਅੱਜ ਕਲ੍ਹ ਲੜਕੀਆਂ ਵੀ ਖੇਡਦੀਆਂ ਹਨ। ਗੂੰਗੀ ਅਤੇ ਘੋੜਾ ਕਬੱਡੀ ਅੱਜ ਕਲ੍ਹ ਅਲੋਪ ਹੋ ਰਹੀਆਂ ਹਨ।

ਘੋਲ ਅਤੇ ਰੱਸਾ-ਕਸ਼ੀ ਪੰਜਾਬੀਆਂ ਦੀਆਂ ਹਰਮਨ ਪਿਆਰੀਆਂ ਖੇਡਾਂ ਹਨ। ਇਹ ਦੋਨੋਂ ਖੇਡਾਂ ਕਿਸੇ ਮਾੜੇ ਧੀੜੇ ਬੰਦੇ ਦਾ ਕੰਮ ਨਹੀਂ। ਇਹਨਾਂ ਖੇਡਾਂ ਲਈ ਬਹੁਤ ਜਾਨ ਦੀ ਲੋੜ ਹੈ। ਪੁਰਾਣੇ ਸਮਿਆਂ ਵਿਚ ਇਸ ਤਰ੍ਹਾਂ ਦੀਆਂ ਖੇਡ ਖੇਡਣ ਵਾਲੇ ਖਿਡਾਰੀ ਦੁੱਧ, ਘਿਓ ਅਤੇ ਬਦਾਮ, ਆਦਿ ਜ਼ਿਆਦਾ ਖਾਂਦੇ ਸਨ ਜਿਸ ਕਰਕੇ ਉਹਨਾਂ ਦੇ ਸਰੀਰ ਬਹੁਤ ਤਕੜੇ ਹੁੰਦੇ ਸਨ। ਪਰ ਅੱਜ ਕਲ੍ਹ ਇਹੋ ਜਿਹੀਆਂ ਖ਼ੁਰਾਕਾਂ ਕਿਥੇ ਮਿਲਦੀਆਂ ਹਨ। ਖੇਤੀ ਬਾੜੀ ਦੇ ਵੀ ਪਿੰਡਾਂ ਵਿਚ ਕਈ ਤਰ੍ਹਾਂ ਦੇ ਮੁਕਾਬਲੇ ਹੁੰਦੇ ਹਨ।

ਪੰਜਾਬ ਭਾਰਤ ਦਾ ਪਹਿਲਾ ਰਾਜ ਹੈ ਜਿਸ ਦੇ ਸਕੂਲਾਂ ਵਿਚ ਖੇਡਾਂ ਨੂੰ ਇਕ ਲਾਜ਼ਮੀ ਮਜ਼ਮੂਨ ਬਣਾ ਦਿੱਤਾ ਗਿਆ ਹੈ। ਸਕੂਲਾਂ ਅਤੇ ਕਾਲਜਾਂ ਵਿਚ ਖੇਡਾਂ ਦੀ ਸਿਖਲਾਈ ਦਾ ਖ਼ਾਸ ਪ੍ਰਬੰਧ ਕੀਤਾ ਗਿਆ ਹੈ। ਪੰਜਾਬ ਸਰਕਾਰ ਉਘੇ ਖਿਡਾਰੀਆਂ ਨੂੰ ਵਜ਼ੀਫ਼ੇ ਦੇ ਕੇ ਉਹਨਾਂ ਦਾ ਉਤਸ਼ਾਹ ਵਧਾਉਂਦੀ ਹੈ। ਜਦੋਂ ਵੀ ਕੋਈ ਟੀਮ ਕੌਮੀ ਅਤੇ ਅੰਤਰ-ਰਾਸ਼ਟਰੀ ਮੁਕਾਬਲਾ ਜਿੱਤ ਕੇ ਆਉਂਦੀ ਹੈ ਤਾਂ ਸਰਕਾਰ ਉਹਨਾਂ ਦਾ ਸਨਮਾਨ ਕਰਦੀ ਹੈ ਖਿਡਾਰੀਆਂ ਨੂੰ ਇਨਾਮ ਦਿੱਤੇ ਜਾਂਦੇ ਹਨ।

1. ਤੁਹਾਡੀ ਮਨ-ਪਸੰਦ ਖੇਡ ਕਿਹੜੀ ਹੈ ? ਇਸ ਖੇਡ ਬਾਰੇ ਇਕ 300 ਸ਼ਬਦਾਂ ਦਾ ਲੇਖ ਲਿਖੋ।
2. ਪੰਜਾਬ ਦੇ ਸਕੂਲਾਂ ਵਿਚੋਂ ਸਭ ਤੋਂ ਵਧ ਕਿਹੜੀ ਖੇਡ ਖੇਡੀ ਜਾਂਦੀ ਹੈ। ਇਸ ਖੇਡ ਬਾਰੇ ਇਕ ਲੇਖ ਲਿਖੋ।
3. ਪੰਜਾਬ ਦੀਆਂ ਖੇਡਾਂ ਬਾਰੇ ਇਕ ਲੇਖ ਆਪਣੇ ਸ਼ਬਦਾਂ ਵਿਚ ਲਿਖੋ।

ਸਰਦੀ ਦਾ ਮੌਸਮ

ਇੰਗਲੈਂਡ ਵਿਚ ਸਰਦੀਆਂ ਦਾ ਮੌਸਮ ਕਾਫ਼ੀ ਲੰਬਾ ਹੁੰਦਾ ਹੈ। ਆਮ ਤੌਰ ਤੇ ਅਕਤੂਬਰ ਮਹੀਨੇ ਵਿਚ ਸਰਦੀ ਪੈਣੀ ਸ਼ੁਰੂ ਹੋ ਜਾਂਦੀ ਹੈ ਅਤੇ ਮਾਰਚ ਅਪ੍ਰੈਲ ਤਕ ਰਹਿੰਦੀ ਹੈ। ਸਰਦੀ ਦੇ ਮੌਸਮ ਵਿਚ ਸਵੇਰ ਨੂੰ ਕੰਮਾਂ-ਕਾਰਾਂ ਤੇ ਜਾਣ ਵਾਲਿਆਂ ਨੂੰ ਅਨੇਕਾਂ ਮੁਸ਼ਕਲਾਂ ਪੇਸ਼ ਆਉਂਦੀਆਂ ਹਨ। ਲਗਭਗ ਹਰ ਰੋਜ਼ ਸਵੇਰ ਨੂੰ ਕੋਰਾ ਪਿਆ ਰਹਿੰਦਾ ਹੈ

ਅਤੇ ਕਈ ਕਾਰਾਂ ਜਿਹਨਾਂ ਦੀਆਂ ਬੈਟਰੀਆਂ ਕਮਜ਼ੋਰ ਹੋਣ, ਸਟਾਰਟ ਨਹੀਂ ਹੁੰਦੀਆਂ ।

ਕਈ ਵਾਰੀ ਸਰਦੀਆਂ ਦੀ ਰੁੱਤ ਨੂੰ ਬਰਫ਼ ਵੀ ਬਹੁਤ ਪੈਂਦੀ ਹੈ । ਬਰਫ਼ ਦੇ ਕਾਰਨ ਕਈ ਕਾਰਾਂ ਵਾਲਿਆਂ ਦੇ ਹਾਦਸੇ ਹੁੰਦੇ ਦੇਖੇ ਹਨ । ਚਾਰ ਚੁਫੇਰੇ ਚਿੱਟਾਪਨ ਹੀ ਚਿੱਟਾਪਨ ਦਿਖਾਈ ਦਿੰਦਾ ਹੈ । ਇਹੋ ਜਿਹੇ ਮੌਸਮ ਵਿਚ ਸਕਾਟਲੈਂਡ ਵਿਚ ਜਿਥੇ ਬਰਫ਼ ਹੋਰ ਵੀ ਜ਼ਿਆਦਾ ਪੈਂਦੀ ਹੈ ਹਾਲਾਤ ਬਹੁਤ ਹੀ ਖ਼ਰਾਬ ਹੁੰਦੇ ਹਨ । ਇਸ ਮੌਸਮ ਵਿਜ ਬਹੁਤ ਸਾਰੇ ਕੰਮ ਕਾਰ ਮਧਮ ਪੈ ਜਾਂਦੇ ਹਨ । ਆਵਾਜਾਈ ਦਾ ਕੰਮ ਵੀ ਕਈ ਵਾਰੀ ਬੰਦ ਹੋ ਜਾਂਦਾ ਹੈ ।

ਸਰਦੀਆਂ ਦੇ ਮੌਸਮ ਵਿਚ ਸਰੀਰ ਨੂੰ ਕਈ ਬੀਮਾਰੀਆਂ ਲੱਗ ਜਾਂਦੀਆਂ ਹਨ । ਕੋਈ ਚੰਗੇ ਭਾਗਾਂ ਵਾਲਾ ਹੀ ਹੋਵੇਗਾ ਜਿਸ ਨੂੰ ਠੰਢੇ ਮੌਸਮ ਵਿਚ ਇੰਗਲੈਂਡ ਵਿਚ ਜ਼ੁਕਾਮ ਨਾ ਹੋਇਆ ਹੋਵੇ । ਚੰਗੇ ਗਰਮ ਕਪੜੇ ਪਾਉਣ ਦੇ ਉਪ੍ਰੰਤ ਵੀ ਠੰਢ ਲੱਗ ਹੀ ਜਾਂਦੀ ਹੈ ।

ਬੁੱਢੇ ਠੇਰਿਆਂ ਨੂੰ ਸਰਦੀ ਦੀ ਰੁੱਤ ਬਹੁਤ ਤੰਗ ਕਰਦੀ ਹੈ । ਉਹ ਵਿਚਾਰੇ ਕਿਤੇ ਬਾਹਰ ਨਹੀਂ ਜਾ ਸਕਦੇ । ਜੇ ਉਹ ਬਾਹਰ ਜਾਣ ਤਾਂ ਠੰਢ ਲੁਆ ਲੈਂਦੇ ਹਨ ਅਤੇ ਕਈ ਵਾਰ ਬਰਫ਼ ਤੇ ਤਿਲਕ ਕੇ ਲੱਤਾਂ ਗੋਡੇ ਭਨਾ ਲੈਂਦੇ ਹਨ । ਉਹ ਵਿਚਾਰੇ ਘਰੀਂ ਬੈਠੇ ਕਈ ਬੀਮਾਰੀਆਂ ਦਾ ਸ਼ਿਕਾਰ ਹੋ ਜਾਂਦੇ ਹਨ ਅਤੇ ਕਈਆਂ ਦੀ ਠੰਢ ਕਾਰਣ ਮੌਤ ਵੀ ਹੋ ਜਾਂਦੀ ਹੈ ।

ਇੰਗਲੈਂਡ ਦੇ ਕਿਰਸਾਨਾਂ ਵਾਸਤੇ ਵੀ ਇਹ ਚੰਦਰਾ ਮੌਸਮ ਕਈ ਮੁਸ਼ਕਲਾਂ ਖੜੀਆਂ ਕਰ ਦਿੰਦਾ ਹੈ । ਕਈਆਂ ਵਿਚਾਰਿਆਂ ਦੀਆਂ ਭੇਡਾਂ ਬਰਫ਼ ਵਿਚ ਦਬ ਹੋ ਕੇ ਮਰ ਜਾਂਦੀਆਂ ਹਨ । ਕਈਆਂ ਕਿਰਸਾਨਾਂ ਨੂੰ ਆਪਣੇ ਜਾਨਵਰਾਂ ਦੇ ਖਾਣ ਦਾ ਪ੍ਰਬੰਧ ਕਰਨਾ ਮੁਸ਼ਕਲ ਹੋ ਜਾਂਦਾ ਹੈ ।

ਜਿਹੜੇ ਲੋਕ ਸਰਦੀਆਂ ਦੇ ਮੌਸਮ ਵਿਚ ਆਪਣੀ ਸਿਹਤ ਦਾ ਖ਼ਾਸ ਖ਼ਿਆਲ ਰਖਦੇ ਹਨ ਉਹ ਤਾਂ ਬਚ ਜਾਂਦੇ ਹਨ ਪਰ ਜਿਹੜੇ ਬਹੁਤਾ ਖ਼ਿਆਲ ਨਹੀਂ ਰਖਦੇ ਉਹ ਕਈ ਬੀਮਾਰੀਆਂ ਲੁਆ ਬੈਠਦੇ ਹਨ ।

1. ਸਰਦੀਆਂ ਦੇ ਮੌਸਮ ਬਾਰੇ ਇਕ 300 ਸ਼ਬਦਾਂ ਦਾ ਲੇਖ ਆਪਣੇ ਸ਼ਬਦਾਂ ਵਿਚ ਲਿਖੋ ।
2. ਕੀ ਤੁਸੀਂ ਸਰਦੀਆਂ ਦਾ ਮੌਸਮ ਪਸੰਦ ਕਰਦੇ ਹੋ ਕਿ ਗਰਮੀਆਂ ਦਾ ਅਤੇ ਕਿਉਂ ?

ਦੀਵਾਲੀ

ਦੀਵਾਲੀ ਭਾਰਤ ਦਾ ਇਕ ਬਹੁਤ ਪ੍ਰਸਿਧ ਤਿਉਹਾਰ ਹੈ। ਇਹ ਤਿਉਹਾਰ ਦੇਸ਼ ਦੇ ਕੋਨੇ ਕੋਨੇ ਵਿਚ ਬੜੀ ਧੂਮ ਧਾਮ ਨਾਲ ਮਨਾਇਆ ਜਾਂਦਾ ਹੈ। ਇਹ ਹਿੰਦੂ ਅਤੇ ਸਿਖਾਂ ਦਾ ਸਾਂਝਾ ਤਿਉਹਾਰ ਹੈ। ਇਸ ਨੂੰ ਸਾਂਝੀਵਾਲਤਾ ਦਾ ਤਿਉਹਾਰ ਵੀ ਮੰਨਿਆ ਜਾਂਦਾ ਹੈ ਕਿਉਂਕਿ ਇਸ ਦੀ ਮਹਾਨਤਾ ਸਿੱਖ ਅਤੇ ਹਿੰਦੂ ਲੋਕਾਂ ਵਿਚ ਬਰਾਬਰ ਹੈ।

ਦੀਵਾਲੀ ਵਾਲੇ ਦਿਨ ਸ੍ਰੀ ਰਾਮਚੰਦਰ ਜੀ ਅਤੇ ਉਹਨਾਂ ਦੀ ਪਤਨੀ ਸੀਤਾ 14 ਸਾਲ ਦਾ ਬਨਵਾਸ ਕੱਟ ਕੇ ਅਯੁਧਿਆ ਵਾਪਸ ਪਰਤੇ ਸਨ। ਉਹਨਾਂ ਦੇ ਆਉਣ ਦੀ ਖ਼ੁਸ਼ੀ ਵਿਚ ਅਯੁਧਿਆ-ਵਾਸੀਆਂ ਨੇ ਸਾਰੇ ਸ਼ਹਿਰ ਵਿਚ ਘਿਉ ਦੇ ਦੀਵਿਆਂ ਦੀ ਦੀਪ ਮਾਲਾ ਕਰਕੇ ਉਹਨਾਂ ਦੇ ਆਉਣ ਦਾ ਸਵਾਗਤ ਅਤੇ ਆਪਣੀ ਖ਼ੁਸ਼ੀ ਦਾ ਪ੍ਰਗਟਾ ਕੀਤਾ ਸੀ।

ਇਹ ਦਿਨ ਸਿੱਖਾਂ ਲਈ ਵੀ ਖ਼ਾਸ ਮਹੱਤਤਾ ਰਖਦਾ ਹੈ। ਇਸ ਦਿਨ ਹੀ ਸਿਖਾਂ ਦੇ ਛੇਵੇਂ ਗੁਰੂ ਹਰਿਗੋਬਿੰਦ ਗਵਾਲੀਅਰ ਦੇ ਕਿਲ੍ਹੇ ਵਿਚੋਂ ਰਿਹਾ ਹੋ ਕੇ ਅੰਮ੍ਰਿਤਸਰ ਪਹੁੰਚੇ ਸਨ। ਇਸ ਖ਼ੁਸ਼ੀ ਵਿਚ ਵੀ ਲੋਕਾਂ ਨੇ ਦੀਪਮਾਲਾ ਕੀਤੀ ਸੀ।

ਦੀਵਾਲੀ ਹਰ ਸਾਲ ਅਕਤੂਬਰ ਜਾਂ ਨਵੰਬਰ ਵਿਚ ਮਨਾਈ ਜਾਂਦੀ ਹੈ। ਭਾਰਤ ਵਿਚ ਲੋਕ ਆਪਣੇ ਆਪਣੇ ਮਕਾਨਾਂ ਤੇ ਖ਼ੁਸ਼ੀ ਵਿਚ ਦੀਵੇ ਬਾਲ ਕੇ ਰਖਦੇ ਹਨ; ਮੋਮ-ਬਤੀਆਂ ਵੀ ਜਗਮਗ ਕਰਦੀਆਂ ਨਜ਼ਰ ਆਉਂਦੀਆਂ ਹਨ। ਅੱਜ ਕਲ੍ਹ ਬਿਜਲੀ ਆਉਣ ਕਰਕੇ ਰੰਗ ਬਰੰਗੇ ਬਲਬ ਵੀ ਜਗਾਏ ਜਾਂਦੇ ਹਨ। ਫੁਲਝੜੀਆਂ, ਅਨਾਰ, ਪਟਾਕੇ, ਆਦਿ ਕਈ ਕਿਸਮ ਦੀ ਆਤਸ਼ਬਾਜ਼ੀ ਚਲਾਈ ਜਾਂਦੀ ਹੈ। ਇਸ ਦਿਨ ਲੋਕੀਂ ਖ਼ੁਸ਼ੀ ਵਿਚ ਮਠਿਆਈਆਂ ਖਾਂਦੇ ਹਨ ਅਤੇ ਪਾਰਟੀਆਂ ਵੀ ਕਰਦੇ ਹਨ।

ਦੀਵਾਲੀ ਤੋਂ ਕੁਝ ਦਿਨ ਪਹਿਲਾਂ ਲੋਕ ਆਪਣੇ ਆਪਣੇ ਮਕਾਨਾਂ ਦੀ ਸਫ਼ਾਈ ਕਰਦੇ ਹਨ। ਇਹ ਵਿਸ਼ਵਾਸ ਕੀਤਾ ਜਾਂਦਾ ਹੈ ਕਿ ਜਿਸ ਘਰ ਵਿਚ ਸਫ਼ਾਈ ਹੋਵੇਗੀ ਉਸ ਘਰ ਵਿਚ ਲਛਮੀ (ਦੌਲਤ ਦੀ ਦੇਵੀ) ਆਉਂਦੀ ਹੈ। ਇਸ ਲਈ ਲੋਕ ਅਮੀਰ ਬਣਨ ਦੀ ਰੀਝ ਨਾਲ ਘਰਾਂ ਦੀ ਸਫ਼ਾਈ ਕਰਦੇ ਹਨ।

ਦੀਵਾਲੀ ਭਾਵੇਂ ਹਰ ਪਿੰਡ ਅਤੇ ਹਰ ਸ਼ਹਿਰ ਵਿਚ ਮਨਾਈ ਜਾਂਦੀ ਹੈ ਪਰ ਅੰਮ੍ਰਿਤਸਰ ਦੀ ਦੀਵਾਲੀ ਸਾਰੇ ਪੰਜਾਬ ਵਿਚ ਪ੍ਰਸਿਧ ਹੈ। ਇਸ ਦਿਨ ਦਰਬਾਰ ਸਾਹਿਬ ਅੰਮ੍ਰਿਤਸਰ ਵਿਚ ਹਰ ਪਾਸੇ ਰੰਗ ਬਰੰਗੀ ਰੌਸ਼ਨੀ ਕੀਤੀ ਜਾਂਦੀ ਹੈ। ਲੋਕੀਂ ਬਹੁਤ ਦੂਰੋਂ ਦੂਰੋਂ ਅੰਮ੍ਰਿਤਸਰ ਦੀ ਦੀਵਾਲੀ ਦੇਖਣ ਲਈ ਆਉਂਦੇ ਹਨ।

ਕਈ ਲੋਕ ਇਸ ਦਿਨ ਜੂਆ ਵੀ ਖੇਡਦੇ ਹਨ ਅਤੇ ਕਈ ਵਾਰ ਆਪਣੀ ਜਾਇਦਾਦ

ਗਵਾ ਦਿੰਦੇ ਹਨ। ਕੁਝ ਲੋਕ ਐਸੇ ਵੀ ਹੁੰਦੇ ਹਨ ਜਿਹੜੇ ਦੀਵਾਲੀ ਵਾਲੇ ਦਿਨ ਸ਼ਰਾਬ ਪੀ ਕੇ ਬੇਹਿਸਾਬਾ ਪੈਸਾ ਖ਼ਰਾਬ ਕਰਦੇ ਹਨ। ਦੀਵਾਲੀ ਵਾਲੇ ਦਿਨ ਭਾਵੇਂ ਕਈ ਨੁਕਸਾਨ ਹੁੰਦੇ ਹਨ ਜਿਵੇਂ ਕਿ ਅੱਗ ਲੱਗਣ ਦੀਆਂ ਘਟਨਾਵਾਂ ਅਤੇ ਪੈਸੇ ਦੀ ਬਰਬਾਦੀ ਪਰ ਫਿਰ ਵੀ ਸਮੁੱਚੇ ਤੌਰ ਤੇ ਦੀਵਾਲੀ ਖ਼ੁਸ਼ੀਆਂ ਭਰਿਆ ਤਿਉਹਾਰ ਹੈ।

ਅੱਜਕਲ੍ਹ ਕਾਫ਼ੀ ਭਾਰਤੀ ਲੋਕ ਦੁਨੀਆ ਦੇ ਬਹੁਤ ਸਾਰੇ ਦੂਜੇ ਦੇਸ਼ਾਂ ਵਿਚ ਜਾ ਕੇ ਵਸ ਗਏ ਹਨ। ਜਿਥੇ ਵੀ ਉਹ ਗਏ ਹਨ, ਉਹਨਾਂ ਨੇ ਆਪਨੀ ਸਭਿਅਤਾ, ਧਰਮ ਅਤੇ ਬੋਲੀ ਨੂੰ ਕਾਇਮ ਰਖਿਆ ਹੈ। ਅੱਜ ਦੀਵਾਲੀ ਦਾ ਤਿਉਹਾਰ ਕੇਵਲ ਭਾਰਤ ਵਿਚ ਹੀ ਨਹੀਂ ਬਲਕਿ ਦੁਨੀਆ ਦੇ ਉਹਨਾਂ ਸਾਰਿਆਂ ਦੇਸ਼ਾਂ ਵਿਚ ਮਨਾਇਆ ਜਾਂਦਾ ਹੈ ਜਿਥੇ ਭਾਰਤੀ ਲੋਕ ਆ ਕੇ ਵਧ ਗਏ ਹਨ।

ਇੰਗਲੈਂਡ ਵਿਚ ਤਾਂ ਦੀਵਾਲੀ ਦਾ ਤਿਉਹਾਰ ਮਨਾਉਣ ਵਿਚ ਬਹੁਤ ਸਾਰੇ ਅੰਗ-ਰੇਜ਼ ਲੋਕ ਵੀ ਸ਼ਾਮਲ ਹੋਣ ਲੱਗ ਪਏ ਹਨ। ਸਕੂਲਾਂ ਵਿਚ (ਜਿਥੇ ਭਾਰਤੀ ਬੱਚੇ ਪੜ੍ਹਦੇ ਹਨ) ਦੀਵਾਲੀ ਵਾਲੇ ਦਿਨ ਜਾਂ ਇਸ ਤੋਂ ਕੁਝ ਦਿਨ ਪਹਿਲਾਂ ਜਾਂ ਬਾਅਦ ਵਿਚ ਦੀਵਾਲੀ ਦੇ ਸਬੰਧ ਵਿਚ ਕਲਚਰਲ ਪ੍ਰੋਗਰਾਮ ਅਤੇ ਪਾਰਟੀਆਂ ਵੀ ਹੋਣ ਲੱਗ ਪਈਆਂ ਹਨ। ਇਹਨਾਂ ਪ੍ਰੋਗਰਾਮਾਂ ਅਤੇ ਪਾਰਟੀਆਂ ਵਿਚ ਕਈ ਵਾਰ ਅੰਗਰੇਜ਼ ਲੋਕ ਅਤੇ ਬੱਚੇ ਵੀ ਹਿੱਸਾ ਲੈਂਦੇ ਹਨ।

1. ਦੀਵਾਲੀ ਬਾਰੇ ਇਕ 300 ਸ਼ਬਦਾਂ ਦਾ ਲੇਖ ਆਪਣੇ ਸ਼ਬਦਾਂ ਵਿਚ ਲਿਖੋ।
2. ਇੰਗਲੈਂਡ ਵਿਚ ਪੰਜਾਬੀ ਲੋਕ ਦੀਵਾਲੀ ਕਿਸ ਤਰ੍ਹਾਂ ਮਨਾਉਂਦੇ ਹਨ? ਇਸ ਬਾਰੇ ਇਕ ਲੇਖ ਲਿਖੋ।

ਗੁਰੂ ਗੋਬਿੰਦ ਸਿੰਘ ਜੀ

ਗੁਰੂ ਗੋਬਿੰਦ ਸਿੰਘ ਜੀ ਸਿਖਾਂ ਦੇ ਦਸਵੇਂ ਅਤੇ ਆਖ਼ਰੀ ਗੁਰੂ ਹੋਏ ਹਨ। ਇਹਨਾਂ ਦਾ ਨਾਂ ਸੰਸਾਰ ਦੇ ਉਹਨਾਂ ਮਹਾਂਪੁਰਸ਼ਾਂ ਵਿਚ ਗਿਣਿਆ ਜਾਂਦਾ ਹੈ ਜਿਨ੍ਹਾਂ ਨੇ ਆਪਣੇ ਦੇਸ਼, ਕੌਮ ਅਤੇ ਧਰਮ ਲਈ ਕੁਰਬਾਨੀਆਂ ਦਿਤੀਆਂ। ਇਹਨਾਂ ਨੇ ਆਪਣਾ ਸਾਰਾ ਜੀਵਨ ਗ਼ਰੀਬ ਅਤੇ ਨਿਤਾਣੇ ਲੋਕਾਂ ਦੀ ਸਹਾਇਤਾ ਅਤੇ ਉਹਨਾਂ ਦੀ ਰੱਖਿਆ ਲਈ ਬਤੀਤ ਕੀਤਾ।

ਆਪ ਜੀ ਦਾ ਜਨਮ 1666 ਈਸਵੀ ਵਿਚ ਬਿਹਾਰ ਦੇ ਸ਼ਹਿਰ ਪਟਨਾ ਵਿਚ ਹੋਇਆ। ਆਪ ਜੀ ਦੇ ਪਿਤਾ ਸਿਖਾਂ ਦੇ ਨੌਵੇਂ ਗੁਰੂ ਤੇਗ ਬਹਾਦਰ ਜੀ ਸਨ। ਬਚਪਨ ਵਿਚ ਹੀ ਆਪ ਕ੍ਰਾਂਤੀਕਾਰੀ ਸੁਭਾਅ ਦੇ ਮਾਲਕ ਸਨ। ਆਪ ਜੀ ਦੀ ਉਮਰ ਅਜੇ ਕੇਵਲ ਨੌਆਂ ਸਾਲਾਂ ਦੀ ਹੀ ਸੀ ਜਦੋਂ ਆਪ ਨੇ ਧਰਮ ਦੀ ਖ਼ਾਤਰ ਆਪਣੇ ਪਿਤਾ ਜੀ ਨੂੰ ਸ਼ਹੀਦ ਹੋਣ ਲਈ ਤੋਰ ਦਿੱਤਾ। ਆਪ ਨੇ ਕਸ਼ਮੀਰੀ ਪੰਡਤਾਂ ਦੀ ਸਹਾਇਤਾ ਵਾਸਤੇ ਆਪਣੇ ਪਿਤਾ ਜੀ ਨੂੰ ਕਿਹਾ ਸੀ।

ਆਪ ਜੀ ਦੇ ਦਿਲ ਵਿਚ ਜ਼ੁਲਮ ਲਈ ਘ੍ਰਿਣਾ ਭਰ ਗਈ ਸੀ। ਆਪ ਸਾਰੀ ਉਮਰ ਜਨਤਾ ਦੀ ਭਲਾਈ, ਦੇਸ਼ ਦੀ ਅਜ਼ਾਦੀ ਅਤੇ ਮਨੁੱਖਤਾ ਦੇ ਭਲੇ ਲਈ ਲੱਗੇ ਰਹੇ। ਗੁਰੂ ਜੀ ਬਹੁ ਪੱਖੀ ਸ਼ਖ਼ਸੀਅਤ ਦੇ ਮਾਲਕ ਸਨ। ਉਹ ਇਕ ਚੰਗੇ ਸੰਤ-ਸਿਪਾਹੀ ਅਤੇ ਇਕ ਉਚ ਕੋਟੀ ਦੇ ਸਾਹਿਤਕਾਰ ਸਨ। ਗੁਰੂ ਜੀ ਪੰਜਾਬੀ ਦੇ ਹੀ ਨਹੀਂ ਸਗੋਂ ਸੰਸਕ੍ਰਿਤ, ਅਰਬੀ ਅਤੇ ਫ਼ਾਰਸੀ ਭਾਸ਼ਾ ਦੇ ਵੀ ਵਿਦਵਾਨ ਸਨ। ਘੋੜ-ਸਵਾਰੀ, ਸ਼ਸਤਰ-ਵਿਦਿਆ, ਤੀਰ-ਅੰਦਾਜ਼ੀ ਵਿਚ ਆਪ ਬੜੇ ਨਿਪੁੰਨ ਸਨ।

ਉਸ ਸਮੇਂ ਭਾਰਤ ਵਿਚ ਔਰੰਗਜ਼ੇਬ ਰਾਜ ਕਰ ਰਿਹਾ ਸੀ। ਉਹ ਸਾਰੇ ਹਿੰਦੂਆਂ ਨੂੰ ਮੁਸਲਮਾਨ ਬਣਾਉਣਾ ਚਾਹੁੰਦਾ ਸੀ ਇਸ ਲਈ ਉਹਨਾਂ ਨੂੰ ਬਹੁਤ ਤੰਗ ਕਰ ਰਿਹਾ ਸੀ। ਗੁਰੂ ਤੇਗ ਬਹਾਦਰ ਜੀ ਨੂੰ ਔਰੰਗਜ਼ੇਬ ਨੇ ਇਸ ਲਈ ਸ਼ਹੀਦ ਕਰਾ ਦਿੱਤਾ ਸੀ ਕਿਉਂਕਿ ਉਨ੍ਹਾਂ ਨੇ ਮੁਸਲਮਾਨ ਬਣਨ ਤੋਂ ਇਨਕਾਰ ਕਰ ਦਿੱਤਾ ਸੀ। ਗੁਰੂ ਤੇਗ਼ ਬਹਾਦਰ ਜੀ ਦੀ ਸ਼ਹੀਦੀ ਤੋਂ ਬਾਅਦ ਗੁਰੂ ਗੋਬਿੰਦ ਸਿੰਘ ਜੀ ਨੂੰ ਛੋਟੀ ਉਮਰ ਵਿਚ ਹੀ ਗੁਰ ਗੱਦੀ ਸੰਭਾਲਣੀ ਪਈ। ਉਸ ਸਮੇਂ ਸਾਰੇ ਪਾਸੇ ਜ਼ੁਲਮ, ਲੁੱਟ-ਖਸੁੱਟ ਅਤੇ ਅਨਿਆਂ ਸੀ।

ਪਿਤਾ ਜੀ ਦੀ ਸ਼ਹੀਦੀ ਪਿਛੋਂ ਆਪ ਨੇ ਕੌਮ ਨੂੰ ਇਕ ਮੁੱਠ ਕੀਤਾ ਅਤੇ ਲੋਕਾਂ ਨੂੰ ਸ਼ਸਤਰ ਵਿਦਿਆ ਦੇਣੀ ਸ਼ੁਰੂ ਕੀਤੀ। 1699 ਈਸਵੀ ਨੂੰ ਵਿਸਾਖੀ ਵਾਲੇ ਦਿਨ ਗੁਰੂ ਸਾਹਿਬ ਨੇ ਅੰਮ੍ਰਿਤ ਛਕਾ ਕੇ ਖ਼ਾਲਸਾ ਪੰਥ ਦੀ ਨੀਂਹ ਰਖੀ।

ਗੁਰੂ ਜੀ ਨੂੰ ਪਹਾੜੀ ਰਾਜਿਆਂ ਤੇ ਮੁਗ਼ਲ ਫ਼ੌਜਾਂ ਨਾਲ ਕਈ ਲੜਾਈਆਂ ਲੜਨੀਆਂ ਪਈਆਂ। ਇਹਨਾਂ ਲੜਾਈਆਂ ਦੌਰਾਨ ਆਪ ਨੂੰ ਆਨੰਦਪੁਰ ਦਾ ਕਿਲ੍ਹਾ ਖ਼ਾਲੀ ਕਰਨਾ ਪਿਆ। ਆਪ ਦਾ ਸਾਰਾ ਪਰਿਵਾਰ ਆਪੋ ਵਿਚ ਵਿਛੜ ਗਿਆ। ਆਪ ਦੇ ਦੋ ਛੋਟੇ ਸਾਹਿਬਜ਼ਾਦਿਆਂ ਨੂੰ ਸਰਹੰਦ ਦੇ ਨਵਾਬ ਨੇ ਨੀਹਾਂ ਵਿਚ ਚਿਣਵਾ ਦਿੱਤਾ। ਵੱਡੇ ਦੋ ਸਾਹਿਬਜ਼ਾਦੇ ਚਮਕੌਰ ਦੀ ਲੜਾਈ ਵਿਚ ਸ਼ਹੀਦ ਹੋ ਗਏ। ਸਾਰਾ ਸਰਬੰਸ ਖ਼ਤਮ ਹੋਣ ਤੇ ਵੀ ਗੁਰੂ ਸਾਹਿਬ ਨੇ ਹੌਂਸਲਾ ਨਾ ਛਡਿਆ। ਉਹ ਸਾਰੀ ਸਿਖ ਕੌਮ ਨੂੰ ਹੀ ਆਪਣੇ ਪਰਿਵਾਰ ਦੀ ਤਰ੍ਹਾਂ ਸਮਝਦੇ ਸਨ। ਉਨ੍ਹਾਂ ਨੇ ਕਿਹਾ, "ਚਾਰ ਮੋਇ ਤੋ ਕਿਆ ਹੂਆ ਜੀਵਤ ਕਈ ਹਜ਼ਾਰ।"

ਕੁਝ ਦੇਰ ਪੰਜਾਬ ਵਿਚ ਹੋਰ ਰਹਿ ਕੇ ਗੁਰੂ ਜੀ ਦਖਣ ਵਿਚ ਨੰਦੇੜ ਪਹੁੰਚੇ । ਇਥੇ ਆਪ ਨੇ ਬੰਦਾ ਬਹਾਦਰ ਨਾਮੀ ਸਿਖ ਨੂੰ ਸਿਖਾਂ ਦਾ ਆਗੂ ਬਣਾ ਕੇ ਪੰਜਾਬ ਭੇਜ ਦਿੱਤਾ । ਜਦੋਂ ਗੁਰੂ ਜੀ ਨੇ ਦੇਖਿਆ ਕਿ ਉਹਨਾਂ ਦਾ ਅੰਤ ਨੇੜੇ ਆ ਰਿਹਾ ਹੈ ਤਾਂ ਉਹਨਾਂ ਨੇ ਬਹੁਤ ਸਾਰੇ ਗੁਰਸਿਖਾਂ ਨੂੰ ਬੁਲਾ ਕੇ ਆਖਿਆ ਕਿ ਅੱਗੋਂ ਤੋਂ ਸ੍ਰੀ ਗੁਰੂ ਗ੍ਰੰਥ ਸਾਹਿਬ ਹੀ ਗੁਰੂ ਹੋਣ ਗੇ । ਆਪ 7 ਅਕਤੂਬਰ 1708 ਈ: ਨੂੰ ਜੋਤੀ ਜੋਤ ਸਮਾ ਗਏ ।

1. ਸ੍ਰੀ ਗੁਰੂ ਗੋਬਿੰਦ ਸਿੰਘ ਜੀ ਦੇ ਜੀਵਨ ਬਾਰੇ ਇਕ 300 ਸ਼ਬਦਾਂ ਦਾ ਲੇਖ ਲਿਖੋ ।
2. ਸ੍ਰੀ ਗੁਰੂ ਗੋਬਿੰਦ ਸਿੰਘ ਜੀ ਦੇ ਸਾਹਿਬਜ਼ਾਦਿਆਂ ਦੀਆਂ ਸ਼ਹੀਦੀਆਂ ਬਾਰੇ ਇਕ 300 ਸ਼ਬਦਾਂ ਦਾ ਲੇਖ ਲਿਖੋ ।
3. ਸ੍ਰੀ ਗੁਰੂ ਗੋਬਿੰਦ ਸਿੰਘ ਜੀ ਨੇ ਖ਼ਾਲਸਾ ਪੰਥ ਕਿਉਂ ਅਤੇ ਕਿਸ ਤਰ੍ਹਾਂ ਸਾਜਿਆ ।

ਪੰਜਾਬੀ ਖਾਣਾ

ਪੰਜਾਬੀ ਲੋਕ ਚਾਹੇ ਉਹ ਭਾਰਤੀ ਪੰਜਾਬ, ਇੰਗਲੈਂਡ, ਕਨੇਡਾ, ਅਮਰੀਕਾ ਜਾਂ ਕਿਸੇ ਹੋਰ ਦੇਸ਼ ਵਿਚ ਰਹਿੰਦੇ ਹਨ ਇਕ ਵਿਸ਼ੇਸ਼ ਕਿਸਮ ਦਾ ਖਾਣਾ ਖਾਂਦੇ ਹਨ । ਪੰਜਾਬੀਆਂ ਦੇ ਖਾਣੇ ਨੂੰ ਅੱਜ ਕਲ੍ਹ ਪਛਮੀ ਦੇਸ਼ਾਂ ਦੇ ਲੋਕ ਵੀ ਬਹੁਤ ਪਸੰਦ ਕਰਨ ਲੱਗ ਪਏ ਹਨ । ਭਾਵੇਂ ਅੱਜ ਕਲ੍ਹ ਪੁਰਾਣੇ ਜ਼ਮਾਨੇ ਵਾਲੇ ਖਾਣੇ ਨਹੀਂ ਰਹੇ ਪਰ ਫੇਰ ਵੀ ਪੰਜਾਬੀ ਖਾਣੇ ਸਾਰੇ ਖਾਣਿਆਂ ਤੋਂ ਉੱਤਮ ਹਨ । ਇਸ ਕਰਕੇ ਹੀ ਪੰਜਾਬੀ ਲੋਕ ਇਤਨੀ ਦੂਰ ਆ ਕੇ ਵੀ ਆਪਣੇ ਖਾਣੇ ਨਹੀਂ ਭੁੱਲੇ ।

ਇੰਗਲੈਂਡ ਦੇ ਕਈ ਐਸੇ ਸ਼ਹਿਰ ਹਨ ਜਿਨ੍ਹਾਂ ਵਿਚ ਪੰਜਾਬੀ ਭਾਰੀ ਗਿਣਤੀ ਵਿਚ ਵਸ ਗਏ ਹਨ । ਜੇ ਤੁਹਾਨੂੰ ਕਦੇ ਸਾਊਥਹਾਲ ਜਾਣ ਦਾ ਮੌਕਾ ਮਿਲੇ ਤਾਂ ਇੰਝ ਲਗਦਾ ਹੈ ਜਿਵੇਂ ਕਿ ਤੁਸੀਂ ਜਲੰਧਰ ਜ਼ਿਲੇ ਦੇ ਕਿਸੇ ਪਿੰਡ ਵਿਚ ਫਿਰ ਰਹੇ ਹੋਵੋ ਕਿਉਂਕਿ ਸਾਗ, ਮੀਟ, ਦਾਲ ਅਤੇ ਸਬਜ਼ੀਆਂ ਨੂੰ ਤੜਕਿਆਂ ਅਤੇ ਪਰੌਂਠਿਆਂ ਦੀਆਂ ਮਹਿਕਾਂ ਸਾਰੇ ਵਾਤਾ-ਵਰਣ ਵਿਚ ਖਿੰਡ ਰਹੀਆਂ ਹੁੰਦੀਆਂ ਹਨ । ਆਮ ਤੌਰ ਤੇ ਲੋਕਾਂ ਨੂੰ ਇਹ ਕਹਿੰਦੇ ਸੁਣਿਆ ਗਿਆ ਹੈ ਕਿ ਜਿਥੇ ਪੰਜਾਬੀ ਖਾਣਿਆਂ ਨੂੰ ਤੜਕੇ ਲੱਗ ਰਹੇ ਹੋਣ ਉਥੇ ਅੰਗਰੇਜ਼ ਲੋਕ ਆਪਣੇ ਆਪ ਆਪਣੇ ਮਕਾਨ ਵੇਚ ਕੇ ਕਿਸੇ ਦੂਜੇ ਇਲਾਕੇ ਵਿਚ ਚਲੇ ਜਾਂਦੇ ਹਨ ਅਤੇ

ਉਹਨਾਂ ਦੇ ਮਕਾਨ ਪੰਜਾਬੀ ਲੋਕ ਖ੍ਰੀਦ ਲੈਂਦੇ ਹਨ।

ਕੁਝ ਸਾਲਾਂ ਤੋਂ ਅੰਗਰੇਜ਼ ਲੋਕਾਂ ਦੇ ਪੰਜਾਬੀ ਲੋਕਾਂ ਦੇ ਖਾਣੇ ਬਾਰੇ ਵਿਚਾਰਾਂ ਵਿਚ ਕਾਫ਼ੀ ਪ੍ਰੀਵਰਤਨ ਆਇਆ ਹੈ। ਅੱਜ ਕਲ੍ਹ ਕਾਫ਼ੀ ਅੰਗਰੇਜ਼ ਲੋਕ ਪੰਜਾਬੀ ਖਾਣੇ ਨੂੰ ਪਸੰਦ ਕਰਨ ਲੱਗ ਪਏ ਹਨ। ਇਸ ਦੇ ਕਈ ਕਾਰਨ ਹਨ ਜਿਵੇਂ ਕਿ ਪੰਜਾਬੀ ਖਾਣੇ ਕਾਫ਼ੀ ਸਵਾਦੀ, ਤਾਕਤਵਰ ਅਤੇ ਸਿਹਤ ਲਈ ਚੰਗੇ ਹਨ ਅਤੇ ਇਹ ਅੰਗਰੇਜ਼ੀ ਖਾਣਿਆਂ ਦੇ ਮੁਕਾਬਲੇ ਵਿਚ ਸਸਤੇ ਵੀ ਹਨ। ਜੇ ਤੁਹਾਨੂੰ ਕਦੇ ਪੰਜਾਬੀ ਰੈਸਟੋਰੈਂਟ ਵਿਚ ਜਾਣ ਦਾ ਮੌਕਾ ਮਿਲੇ ਤਾਂ ਤੁਸੀਂ ਦੇਖੋਗੇ ਕਿ ਉਥੇ ਪੰਜਾਬੀ ਲੋਕਾਂ ਦੀ ਗਿਣਤੀ ਨਾਲੋਂ ਅੰਗਰੇਜ਼ ਲੋਕਾਂ ਦੀ ਗਿਣਤੀ ਵਧੇਰੇ ਹੈ। ਸੋ ਇਸ ਤੋਂ ਪਤਾ ਲਗਦਾ ਹੈ ਕਿ ਪੰਜਾਬੀ ਖਾਣੇ ਅੰਗਰੇਜ਼ ਲੋਕਾਂ ਵਿਚ ਕਿੰਨੇ ਹਰਮਨ ਪਿਆਰੇ ਹਨ।

ਪੁਰਾਣੇ ਸਮਿਆਂ ਵਿਚ ਤਾਂ ਲੋਕ ਦੇਸੀ ਘਿਉ, ਦੁੱਧ, ਬਦਾਮ, ਆਦਿ ਜ਼ਿਆਦਾ ਖਾਂਦੇ ਸਨ। ਅੱਜ ਕਲ੍ਹ ਲੋਕੀਂ ਇਹ ਖਾਣੇ ਘਟ ਪਸੰਦ ਕਰਦੇ ਹਨ। ਅੱਜ ਕਲ੍ਹ ਤਾਂ ਕਰਾਰੇ ਅਤੇ ਚਟਪਟੇ ਖਾਣੇ ਜ਼ਿਆਦਾ ਪਸੰਦ ਕੀਤੇ ਜਾਂਦੇ ਹਨ। ਕੁਝ ਕਰਾਰੇ ਖਾਣੇ ਇਸ ਪ੍ਰਕਾਰ ਹਨ : ਤਰੀ ਵਾਲਾ ਕੁਕੜ, ਸਮੋਸੇ, ਗੋਲ ਗੱਪੇ, ਚਾਟ, ਮੱਛੀ, ਪਾਪੜ, ਅਤੇ ਟਿਕੀਆਂ, ਆਦਿ। ਪੰਜਾਬੀ ਖਾਣਿਆਂ ਵਿਚ ਮਠਿਆਈ ਦਾ ਵੀ ਇਕ ਖ਼ਾਸ ਸਥਾਨ ਹੈ। ਜਲੇਬੀਆਂ, ਲੱਡੂ, ਬਰਫ਼ੀ, ਗੁਲਾਬ ਜਾਮਣ, ਰਸ-ਗੁਲੇ, ਰਸ-ਮਲਾਈ ਅਤੇ ਸ਼ਕਰਪਾਰੇ, ਆਦਿ ਕੁਝ ਖ਼ਾਸ ਮਠਿਆਈਆਂ ਹਨ ਜਿਹੜੀਆਂ ਕਿ ਆਮ ਪੰਜਾਬੀ ਖਾਂਦੇ ਹਨ।

ਇੰਗਲੈਂਡ ਦੇ ਹਰ ਸ਼ਹਿਰ ਵਿਚ ਪੰਜਾਬੀ ਰੈਸਟੋਰੈਂਟ ਅਤੇ ਮਠਿਆਈ ਦੀਆਂ ਦੁਕਾਨਾਂ ਖੁਲ੍ਹ ਗਈਆਂ ਹਨ। ਦੀਵਾਲੀ ਅਤੇ ਵਿਸਾਖੀ ਵਰਗੇ ਤਿਉਹਾਰਾਂ ਤੇ ਇਹਨਾਂ ਦੁਕਾਨਾਂ ਅੱਗੇ ਬੜੀ ਗਹਿਮਾ-ਗਹਿਮੀ ਹੁੰਦੀ ਹੈ।

1. ਕਿਸੇ ਪੰਜਾਬੀ ਰੈਸਟੋਰੈਂਟ ਬਾਰੇ ਇਕ 300 ਸ਼ਬਦਾਂ ਦਾ ਲੇਖ ਲਿਖੋ ਜਿਸ ਨੂੰ ਤੁਸੀਂ ਆਪ ਦੇਖਿਆ ਹੈ।

2. ਤੁਹਾਨੂੰ ਕਿਹੜਾ ਪੰਜਾਬੀ ਖਾਣਾ ਸੁਆਦ ਲਗਦਾ ਹੈ ਅਤੇ ਕਿਉਂ ?

3. ਪੰਜਾਬੀ ਖਾਣਿਆਂ ਵਿਚੋਂ ਤੁਹਾਨੂੰ ਕਿਹੜਾ ਖਾਣਾ ਬਣਾਉਣਾ ਆਉਂਦਾ ਹੈ। ਇਸ ਨੂੰ ਬਣਾਉਣ ਦਾ ਪੂਰਾ ਤਰੀਕਾ ਲਿਖੋ।

ਹਵਾਈ ਜਹਾਜ਼ ਦਾ ਸਫ਼ਰ

ਕੁਲਵਿੰਦਰ ਦੀ ਬਹੁਤ ਦੇਰ ਤੋਂ ਤਮੰਨਾ ਸੀ ਕਿ ਕਦੇ ਉਹ ਹਵਾਈ ਜਹਾਜ਼ ਦਾ ਸਫ਼ਰ ਕਰੇ ਗਾ। ਆਖ਼ਰ ਉਹ ਦਿਨ ਆ ਹੀ ਗਿਆ। 20 ਮਈ 1980 ਨੂੰ ਉਸ ਦਾ ਭਾਰਤ ਤੋਂ ਇੰਗਲੈਂਡ ਆਉਣ ਦਾ ਪ੍ਰੋਗਰਾਮ ਬਣ ਗਿਆ। ਇਹ ਉਸ ਦਾ ਪਹਿਲਾ ਹਵਾਈ ਸਫ਼ਰ ਸੀ ਅਤੇ ਪਹਿਲਾ ਮੌਕਾ ਸੀ ਕਿ ਉਹ ਆਪਣੇ ਦੇਸ਼ ਤੋਂ ਬਾਹਰ ਜਾ ਰਿਹਾ ਸੀ।

ਉਸ ਦੇ ਪਿੰਡ ਦਾ ਨਾਂ ਅੱਟਾ ਹੈ ਜੋ ਕਿ ਜਲੰਧਰ ਜਾਣ ਵਾਲੀ ਜੀ. ਟੀ. ਰੋਡ ਤੇ ਸਥਿਤ ਹੈ। ਇਹ ਪਿੰਡ ਗੁਰਾਇਆ, ਜੋ ਕਿ ਇਕ ਛੋਟਾ ਜਿਹਾ ਕਸਬਾ ਹੈ, ਤੋਂ ਕੋਈ ਇਕ ਮੀਲ ਦੂਰ ਹੈ। ਕੁਲਵਿੰਦਰ ਨੂੰ ਦਿੱਲੀ, ਜਹਾਜ਼ ਚੜ੍ਹਾਉਣ ਲਈ ਉਸ ਦੇ ਪਿਤਾ ਜੀ ਅਤੇ ਉਸ ਦਾ ਨਿਕਾ ਵੀਰ ਆਏ। ਉਹਨਾਂ ਨੇ ਆਪਣੇ ਪਿੰਡ ਤੋਂ ਬੱਸ ਫੜੀ ਅਤੇ ਅੱਠਾਂ ਘੰਟਿਆਂ ਵਿਚ ਹੀ ਦਿੱਲੀ ਪਹੁੰਚ ਗਏ। ਦਿੱਲੀ ਬੱਸ ਅੱਡੇ ਤੋਂ ਉਤਰ ਕੇ ਉਹਨਾਂ ਨੇ ਸਿਧੀ ਪਾਲਮ ਹਵਾਈ ਅੱਡੇ ਨੂੰ ਟੈਕਸੀ ਫੜ ਲਈ। ਕੋਈ ਅੱਧੇ ਕੁ ਘੰਟੇ ਵਿਚ ਹੀ ਉਹ ਪਾਲਮ ਹਵਾਈ ਅੱਡੇ ਤੇ ਪਹੁੰਚ ਗਏ।

ਕੁਲਵਿੰਦਰ ਨੇ ਏਅਰ ਇੰਡੀਆ ਦੀ ਟਿਕਟ ਲਈ ਹੋਈ ਸੀ। ਜਹਾਜ਼ ਉਸ ਦਿਨ ਪੂਰਾ ਇਕ ਘੰਟਾ ਲੇਟ ਚਲਣਾ ਸੀ। ਇਸ ਲਈ ਉਹਨਾਂ ਪਾਸ ਕਾਫ਼ੀ ਟਾਈਮ ਸੀ। ਉਹਨਾਂ ਨੇ ਆਪਣਾ ਭਾਰ ਜੁਖ਼ਵਾਇਆ ਅਤੇ ਟਿਕਟ ਚੈੱਕ ਕਰਵਾਇਆ। ਫੇਰ ਉਹ ਵੇਟਿੰਗ ਰੂਮ ਵਿਚ ਜਾ ਕੇ ਗੱਲਾਂ ਕਰਨ ਲੱਗ ਪਏ। ਇਕ ਘੰਟੇ ਬਾਅਦ ਐਲਾਨ ਹੋਇਆ ਕਿ ਏਅਰ ਇੰਡੀਆ ਦੀਆਂ ਸਵਾਰੀਆਂ ਆ ਜਾਣ। ਕੁਲਵਿੰਦਰ ਨੇ ਭਰੇ ਦਿਲ ਨਾਲ ਆਪਣੇ ਪਿਤਾ ਅਤੇ ਨਿੱਕੇ ਵੀਰ ਨੂੰ ਅਲਵਿਦਾ ਕਿਹਾ ਅਤੇ ਜਹਾਜ਼ ਵਲ ਨੂੰ ਤੁਰ ਪਿਆ। ਉਸ ਦਾ ਪਿਤਾ ਅਤੇ ਨਿਕਾ ਵੀਰ ਵੀ ਕੁਲਵਿੰਦਰ ਤੋਂ ਵਿਛੜ ਕੇ ਬਹੁਤ ਉਦਾਸ ਸਨ।

ਸਾਰੀਆਂ ਸਵਾਰੀਆਂ ਆਪਣੀਆਂ ਆਪਣੀਆਂ ਸੀਟਾਂ ਤੇ ਬੈਠ ਗਈਆਂ। ਅੰਦਰੋਂ ਜਹਾਜ਼ ਦੇਖ ਕੇ ਕੁਲਵਿੰਦਰ ਬਹੁਤ ਹੈਰਾਨ ਹੋਇਆ। ਥੋੜ੍ਹੀ ਦੇਰ ਬਾਅਦ ਐਲਾਨ ਹੋਇਆ ਕਿ ਆਪੋ ਆਪਣੀਆਂ ਸੀਟ ਬੈਲਟਾਂ ਬੰਨ੍ਹ ਲਓ, ਜਹਾਜ਼ ਚਲਣ ਵਾਲਾ ਹੈ। ਥੋੜ੍ਹਿਆਂ ਮਿੰਟਾਂ ਵਿਚ ਹੀ ਜਹਾਜ਼ ਚਲ ਪਿਆ ਅਤੇ ਮੁਸਾਫ਼ਰ ਸਾਵਧਾਨ ਹੋ ਗਏ।

ਅਜੇ ਜਹਾਜ਼ ਚੱਲੇ ਨੂੰ ਅੱਧਾ ਘੰਟਾ ਵੀ ਨਹੀਂ ਹੋਇਆ ਸੀ ਕਿ ਏਅਰ ਹੋਸਟਾਂ ਚਾਹ ਤੇ ਨਾਸ਼ਤਾ ਲੈ ਕੇ ਆ ਗਈਆਂ। ਨਾਸ਼ਤੇ ਵਿਚ ਅੰਡਾ, ਟੋਸਟ ਅਤੇ ਹੋਰ ਨਿਕ ਸੁੱਕ ਸੀ। ਏਅਰ ਹੋਸਟਾਂ ਹਰ ਗੱਲ ਨਾਲ ਮੁਸਕ੍ਰਾਉਂਦੀਆਂ ਸਨ ਅਤੇ ਥੈਂਕ ਯੂ ਤੇ ਪਲੀਜ਼ ਤਾਂ ਐਵੇਂ ਹੀ ਕਹਿ ਛਡਦੀਆਂ ਸਨ। ਹਾਲੇ ਨਾਸ਼ਤਾ ਕਰਕੇ ਹਟੇ ਹੀ ਸੀ ਕਿ ਕੁਲਵਿੰਦਰ ਦੇ ਮੋਹਰੇ ਵਾਲੀ ਸੀਟ ਤੇ ਬੈਠੇ ਤਿੰਨ ਪੰਜਾਬੀ ਵੀਰ ਜੋ ਕਿ ਆਪਣੇ ਵਤਨ

ਫੇਰੀ ਲਾ ਕੇ ਆਏ ਸਨ ਨੇ ਬੋਤਲਾਂ ਦੇ ਡਾਟ ਖੋਲ੍ਹ ਲਏ ਅਤੇ ਸ਼ਰਾਬ ਪੀਣੀ ਸ਼ੁਰੂ ਕਰ ਦਿੱਤੀ। ਉਹਨਾਂ ਨੇ ਕੁਲਵਿੰਦਰ ਨੂੰ ਵੀ ਸ਼ਰਾਬ ਪੀਣ ਲਈ ਕਿਹਾ ਪਰ ਉਸ ਨੇ ਮੈਂ ਨਹੀਂ ਪੀਂਦਾ ਕਹਿ ਕੇ ਖਿਮਾ ਮੰਗੀ। ਉਸ ਨੇ 'ਪ੍ਰੀਤ ਲੜੀ' ਰਸਾਲਾ ਜੋ ਉਹ ਆਪਣੇ ਨਾਲ ਲੈ ਕੇ ਆਇਆ ਸੀ ਪੜ੍ਹਨਾ ਸ਼ੁਰੂ ਕੀਤਾ।

ਕੁਲਵਿੰਦਰ ਦੀ ਸੀਟ ਖਿੜਕੀ ਦੇ ਕੋਲ ਸੀ ਅਤੇ ਉਸ ਨੂੰ ਜਹਾਜ਼ ਦੇ ਬਾਹਰ ਸਭ ਕੁਝ ਦਿਸਦਾ ਸੀ। ਥੱਲੇ ਚੀਜ਼ਾਂ ਬਹੁਤ ਛੋਟੀਆਂ ਛੋਟੀਆਂ ਦਿਖਾਈ ਦਿੰਦੀਆਂ ਸਨ। ਦੋ ਕੁ ਘੰਟਿਆਂ ਬਾਅਦ ਹੀ ਖਾਣਾ ਆ ਗਿਆ। ਖਾਣਾ ਬਹੁਤ ਹੀ ਸੁਆਦ ਸੀ। ਖਾਣਾ ਪਾਂਦਿਆਂ ਸਾਰ ਹੀ ਕੁਲਵਿੰਦਰ ਦੀ ਅੱਖ ਲੱਗ ਗਈ। ਫਿਰ ਅਚਾਨਕ ਇਕ ਝਟਕਾ ਜਿਹਾ ਲੱਗਾ ਅਤੇ ਕੁਲਵਿੰਦਰ ਦੀ ਅੱਖ ਖੁਲ੍ਹ ਗਈ ਅਤੇ ਪਤਾ ਲੱਗਿਆ ਕਿ ਉਹ ਪੈਰਿਸ ਉਪਰ ਉਡ ਰਹੇ ਹਨ ਅਤੇ ਥੋੜ੍ਹੇ ਚਿਰ ਬਾਅਦ ਇੰਗਲੈਂਡ ਪਹੁੰਚ ਜਾਣਗੇ। ਅੱਧੇ ਕੁ ਘੰਟੇ ਬਾਅਦ ਐਲਾਨ ਹੋਇਆ ਕਿ ਆਪੋ ਆਪਣੀਆਂ ਸੀਟ ਬੈਲਟਾਂ ਬੰਨ੍ਹ ਲਓ ਅਤੇ ਜਹਾਜ਼ ਉਤਰਨ ਵਾਲਾ ਹੈ।

ਜਦ ਜਹਾਜ਼ ਹੀਥਰੋ ਹਵਾਈ ਅੱਡੇ ਤੇ ਪਹੁੰਚਿਆ ਤਾਂ ਉਥੇ ਬਾਰਿਸ਼ ਪੈ ਰਹੀ ਸੀ ਅਤੇ ਕਾਫ਼ੀ ਠੰਢ ਸੀ। ਕੁਲਵਿੰਦਰ ਨੇ ਬਹੁਤ ਠੰਢ ਮਹਿਸੂਸ ਕੀਤੀ ਅਤੇ ਆਪਣੇ ਨਾਲ ਲਿਆਂਦੀ ਜੈਕਟ ਪਾ ਲਈ। ਕਸਟਮ ਵਾਲਿਆਂ ਤੋਂ ਆਪਣਾ ਸਮਾਨ ਚੈੱਕ ਕਰਵਾ ਕੇ ਕੁਲਵਿੰਦਰ ਬਾਹਰ ਆਇਆ। ਉਸ ਦੇ ਚਾਚਾ ਜੀ ਉਸ ਦੀ ਪਹਿਲਾਂ ਹੀ ਉਡੀਕ ਕਰ ਰਹੇ ਸਨ। ਕੁਲਵਿੰਦਰ ਲਈ ਇਹ ਇਕ ਨਾ ਭੁਲਣ ਵਾਲਾ ਸਫ਼ਰ ਸੀ।

1. ਜੇ ਤੁਸੀਂ ਕੋਈ ਹਵਾਈ ਸਫ਼ਰ ਕੀਤਾ ਹੈ ਤਾਂ ਉਸ ਬਾਰੇ ਇਕ 300 ਸ਼ਬਦਾਂ ਦਾ ਲੇਖ ਲਿਖੋ।
2. ਲੋਕੀਂ ਹਵਾਈ ਜਹਾਜ਼ ਰਸਤੇ ਕਿਉਂ ਸਫ਼ਰ ਕਰਦੇ ਹਨ? ਜਦੋਂ ਹਵਾਈ ਜਹਾਜ਼ ਨਹੀਂ ਸਨ ਤਾਂ ਲੋਕੀਂ ਇਕ ਦੇਸ਼ ਤੋਂ ਦੂਜੇ ਦੇਸ਼ ਵਿਚ ਕਿਸ ਤਰ੍ਹਾਂ ਜਾਂਦੇ ਸਨ ਅਤੇ ਇਸ ਤਰ੍ਹਾਂ ਕਰਨ ਨਾਲ ਉਹਨਾਂ ਨੂੰ ਕੀ ਕਠਨਾਈਆਂ ਆਉਂਦੀਆਂ ਸਨ।

ਸਿਖ ਵਿਆਹ ਦੀ ਰਸਮ

ਹਰ ਧਰਮ ਵਿਚ ਵਿਆਹ ਬਾਰੇ ਆਪੋ ਆਪਣੇ ਅਸੂਲ ਅਤੇ ਨਿਯਮ ਹੁੰਦੇ ਹਨ। ਜਦੋਂ ਮੁੰਡਾ ਅਤੇ ਕੁੜੀ ਜਵਾਨ ਹੋ ਜਾਂਦੇ ਹਨ ਤੇ ਉਹਨਾਂ ਦੇ ਵਿਆਹ ਦੀ ਰਸਮ

ਰਚਾਈ ਜਾਂਦੀ ਹੈ। ਈਸਾਈ ਲੋਕ ਜ਼ਿਆਦਾ ਤਰ ਚਰਚ ਵਿਚ ਇਸ ਰਸਮ ਨੂੰ ਕਰਦੇ ਹਨ ਅਤੇ ਸਿਖ ਲੋਕ ਗੁਰਦਵਾਰਿਆਂ ਵਿਚ ਗੁਰੂ ਗ੍ਰੰਥ ਸਾਹਿਬ ਦੀ ਹਜ਼ੂਰੀ ਵਿਚ ਮੁੰਡੇ ਤੇ ਕੁੜੀ ਦੇ ਵਿਆਹ ਦੀ ਰਸਮ ਨੂੰ ਨਿਭਾਉਂਦੇ ਹਨ।

ਪਹਿਲਾਂ ਲੜਕੀ ਅਤੇ ਲੜਕੇ ਦੇ ਘਰ ਵਾਲੇ ਵਿਆਹ ਦਾ ਦਿਨ ਮਿਥਦੇ ਹਨ। ਲੜਕੀ ਵਾਲੇ ਕਿਸੇ ਗੁਰਦਵਾਰੇ ਜਾਂ ਕਿਸੇ ਕਲੱਬ ਵਿਚ ਵਿਆਹ ਵਾਲੇ ਦਿਨ ਜਾਂਜੀਆਂ ਦਾ ਇੰਤਜ਼ਾਰ ਕਰਦੇ ਹਨ। ਜਦ ਲੜਕੇ ਵਾਲੇ ਜਨੇਤ ਲੈ ਕੇ ਲੜਕੀ ਵਾਲਿਆਂ ਦੇ ਆਉਂਦੇ ਹਨ ਤਾਂ ਪਹਿਲਾਂ ਗੁਰਦਵਾਰੇ ਜਾਂ ਕਲੱਬ ਵਿਚ ਗ੍ਰੰਥੀ ਸਾਹਿਬ ਮਿਲਣੀ ਵਾਸਤੇ ਅਰਦਾਸ ਕਰਦੇ ਹਨ। ਮਿਲਣੀ ਤੋਂ ਬਾਅਦ ਜਾਂਜੀਆਂ ਦੀ ਚਾਹ, ਮਠਿਆਈ ਤੇ ਕਈ ਹੋਰ ਖਾਣ ਵਾਲੀਆਂ ਚੀਜ਼ਾਂ ਨਾਲ ਸੇਵਾ ਕੀਤੀ ਜਾਂਦੀ ਹੈ।

ਚਾਹ-ਪਾਣੀ ਪੀਣ ਤੋਂ ਉਪ੍ਰੰਤ ਜਾਂਜੀ ਤੇ ਮਾਂਜੀ ਗੁਰਦਵਾਰੇ ਦੇ ਹਾਲ ਵਿਚ ਇਕੱਠੇ ਬੈਠ ਕੇ ਰਾਗੀਆਂ ਕੋਲੋਂ ਗੁਰਬਾਣੀ ਦਾ ਸ਼ਬਦ-ਕੀਰਤਨ ਸਰਵਨ ਕਰਦੇ ਹਨ। ਫੇਰ ਸਕੱਤ੍ਰ (ਸੈਕਟਰੀ) ਸਾਹਿਬ ਸਟੇਜ ਤੇ ਖੜੇ ਹੋ ਕੇ ਲੜਕੇ ਅਤੇ ਲੜਕੀ ਨੂੰ ਗੁਰੂ ਗ੍ਰੰਥ ਸਾਹਿਬ ਦੀ ਹਜ਼ੂਰੀ ਵਿਚ ਬੈਠਣ ਲਈ ਆਖਦੇ ਹਨ। ਅਨੰਦ ਕਾਰਜ ਦੀ ਰਸਮ ਸ਼ੁਰੂ ਹੋਣ ਤੋਂ ਪਹਿਲਾਂ ਅਰਦਾਸ ਕੀਤੀ ਜਾਂਦੀ ਹੈ। ਫੇਰ ਸਟੇਜ-ਸੈਕਟਰੀ ਉਠ ਕੇ ਲਾਵਾਂ ਪੜ੍ਹਨ ਲਈ ਗ੍ਰੰਥੀ ਸਾਹਿਬ ਨੂੰ ਆਖਦਾ ਹੈ।

ਗ੍ਰੰਥੀ ਸਾਹਿਬ ਇਕ ਪਾਸੇ ਲਾਵਾਂ ਦਾ ਪਾਠ ਕਰਦੇ ਹਨ ਤੇ ਦੂਜੇ ਪਾਸੇ ਜੋੜੀ ਗੁਰੂ ਗ੍ਰੰਥ ਸਾਹਿਬ ਦੇ ਦੁਆਲੇ ਪ੍ਰਕਰਮਾ ਕਰਦੀ ਹੈ ਤੇ ਰਾਗੀ ਉਸੇ ਲਾਂਵ ਦਾ ਗਾਇਨ ਕਰਦੇ ਹਨ। ਇਸ ਤਰ੍ਹਾਂ ਚਾਰ ਲਾਵਾਂ ਦਾ ਪਾਠ ਹੁੰਦਾ ਹੈ ਅਤੇ ਚਾਰੇ ਵਾਰੀ ਲੜਕਾ ਅਤੇ ਲੜਕੀ ਗੁਰੂ ਗ੍ਰੰਥ ਸਾਹਿਬ ਦੇ ਦੁਆਲੇ ਪ੍ਰਕਰਮਾ ਕਰਦੇ ਹਨ। ਲਾਵਾਂ ਤੋਂ ਬਾਅਦ ਸੁਭਾਗ ਜੋੜੀ ਨੂੰ ਗੁਰਮਤਿ ਅਨੁਸਾਰ ਸਿਖਿਆ ਦਿੱਤੀ ਜਾਂਦੀ ਹੈ। ਬਹੁਤ ਸਾਰੇ ਰਾਗੀ ਤਾਂ ਨਵੀਂ ਜੋੜੀ ਨੂੰ ਸਿਹਰਾ ਪੜ੍ਹ ਕੇ ਵੀ ਸੁਣਾਉਂਦੇ ਹਨ।

ਇਸ ਤੋਂ ਬਾਅਦ ਜਾਂਜੀ ਨਵੀਂ ਵਿਆਹੀ ਜੋੜੀ ਨੂੰ ਸ਼ਗਨ ਪੌਂਡ ਪਾਉਂਦੇ ਹਨ। ਗੁਰਦਵਾਰੇ ਵਿਆਹ ਦੀ ਰਸਮ ਪੂਰੀ ਹੋਣ ਤੋਂ ਬਾਅਦ ਫਿਰ ਲੜਕੀ ਵਾਲਿਆਂ ਨੇ ਕੋਈ ਹਾਲ ਬੁਕ ਕੀਤਾ ਹੁੰਦਾ ਹੈ, ਜਿਥੇ ਜਾਂਜੀਆਂ ਦੀ ਰੋਟੀ ਖਾਣ ਦਾ ਇੰਤਜ਼ਾਮ ਹੁੰਦਾ ਹੈ, ਆਮ ਪੰਜਾਬੀ ਵਿਆਹਾਂ ਵਿਚ ਜਾਂਜੀਆਂ ਤੇ ਬਾਕੀ ਪ੍ਰਾਹੁਣਿਆਂ ਦੀ ਸ਼ਰਾਬ, ਬੀਅਰ ਆਦਿ ਨਾਲ ਸੇਵਾ ਕੀਤੀ ਜਾਂਦੀ ਹੈ। ਫੇਰ ਖਾਣਾ ਕੀਤਾ ਜਾਂਦਾ ਹੈ। ਜਦੋਂ ਬਰਾਤੀ ਰੋਟੀ ਖਾਂਦੇ ਹੁੰਦੇ ਹਨ ਤਾਂ ਗਾਉਣ ਵਾਲੀ ਪਾਰਟੀ ਗਾਣੇ ਗਾਉਂਦੀ ਹੈ। ਭੰਗੜੇ ਪਾਣ ਵਾਲੇ ਘਟ ਨਹੀਂ ਕਰਦੇ ਉਹ ਵੀ ਨਾਚ-ਗਾਣੇ ਨਾਲ ਖ਼ੂਬ ਖ਼ੁਸ਼ੀ ਮਨਾਉਂਦੇ ਹਨ।

ਚਾਰ ਕੁ ਵਜੇ ਰੋਟੀ ਖਾ ਪੀ ਕੇ ਫਿਰ ਲੜਕੀ ਵਾਲੇ ਲੜਕੀ ਦੀ ਡੋਲੀ ਤੋਰਦੇ ਹਨ । ਸਾਰੇ ਬਰਾਤੀ (ਜਾਂਜੀ) ਵਾਪਸ ਆਪਣੇ ਆਪਣੇ ਘਰਾਂ ਨੂੰ ਚਲੇ ਜਾਂਦੇ ਹਨ । ਲੜਕੀ ਦੇ ਘਰ ਵਾਲਿਆਂ ਨੂੰ ਭਾਵੇਂ ਦਿਲ ਵਿਚ ਖ਼ੁਸ਼ੀ ਹੁੰਦੀ ਹੈ ਪਰ ਆਪਣੀ ਲੜਕੀ ਨੂੰ ਆਪਣੇ ਨਾਲੋਂ ਵਿਛੋੜ ਕੇ ਦੁਖ ਵੀ ਮਹਿਸੂਸ ਕਰਦੇ ਹਨ ।

1. 'ਸਿੱਖ ਵਿਆਹ ਦੀ ਰਸਮ' ਬਾਰੇ ਇਕ ਲੇਖ ਆਪਣੇ ਸ਼ਬਦਾਂ ਵਿਚ ਲਿਖੋ ।
2. ਕੀ ਤੁਸੀਂ ਕਿਸੇ ਵਿਆਹ ਵਿਚ ਸ਼ਾਮਲ ਹੋਏ ਹੋ ? ਇਸ ਵਿਆਹ ਬਾਰੇ ਜੋ ਤੁਸੀਂ ਦੇਖਿਆ ਹੈ ਆਪਣੇ ਸ਼ਬਦਾਂ ਵਿਚ ਲਿਖੋ ।

ਪਿਕਨਿਕ ਪਾਰਟੀ

ਪੰਜਾਬੀ ਲੋਕਾਂ ਬਾਰੇ ਭਾਵੇਂ ਉਹ ਆਪਣੇ ਦੇਸ਼ ਵਿਚ ਰਹਿੰਦੇ ਹੋਣ ਜਾਂ ਕਿਸੇ ਦੂਜੇ ਦੇਸ਼ ਵਿੱਚ ਜਾ ਕੇ ਵਸ ਗਏ ਹੋਣ ਇਹ ਗੱਲ ਮਸ਼ਹੂਰ ਹੈ ਕਿ ਉਹਨਾਂ ਦੀਆਂ ਨਿਤ ਪਾਰਟੀਆਂ ਰਹਿੰਦੀਆਂ ਹਨ । ਜਦ ਕਦੇ ਚਾਰ ਯਾਰ ਇਕੱਠੇ ਹੋਏ ਤਾਂ ਮਹਿਫ਼ਲ ਲੱਗ ਗਈ ਅਤੇ ਡਾਟ ਖੁਲ੍ਹ ਗਏ । ਇਹ ਸਾਡੇ ਭਾਈਚਾਰੇ ਅਤੇ ਸਭਿਆਚਾਰ ਦੀ ਮੂੰਹ ਬੋਲਦੀ ਤਸਵੀਰ ਹੈ । ਇਹੀ ਕਾਰਣ ਹੈ ਕਿ ਬਾਹਰਲਿਆਂ ਦੇਸ਼ਾਂ ਵਿਚ ਜਾ ਕੇ ਵੀ ਪੰਜਾ-ਬੀਆਂ ਨੇ ਆਪਣਾ ਖਾਣਾ-ਪੀਣਾ, ਰੀਤੀ ਰਿਵਾਜ ਅਤੇ ਪਹਿਰਾਵਾ, ਆਦਿ ਨਹੀਂ ਛਡੇ । ਇਹ ਚੀਜ਼ਾਂ ਹੀ ਕਿਸੇ ਸਭਿਆਚਾਰ ਦੀ ਪਛਾਣ ਹਨ ।

ਕਈ ਦਿਨਾਂ ਤੋਂ ਅਸੀਂ ਪਿਕਨਿਕ ਤੇ ਜਾਣ ਬਾਰੇ ਸੋਚ ਰਹੇ ਸੀ । ਆਖਰ ਪਿਛਲੇ ਐਤਵਾਰ ਪਿਕਨਿਕ ਪਾਰਟੀ ਦਾ ਪ੍ਰੋਗਰਾਮ ਬਣ ਹੀ ਗਿਆ । ਅਸੀਂ ਚਾਰ ਦੋਸਤਾਂ ਨੇ ਲੰਡਨ ਹਾਈਡ ਪਾਰਕ ਨੂੰ ਜਾਣ ਬਾਰੇ ਸੋਚਿਆ । ਅਸੀਂ ਆਪਣਾ ਖਾਣ ਪੀਣ ਦਾ ਸਾਮਾਨ ਗੁਰਪਾਲ ਵਾਲੀ ਕਾਰ ਵਿਚ ਰਖਿਆ ਅਤੇ ਹਾਈਡ ਪਾਰਕ ਵਲ ਨੂੰ ਚਲ ਪਏ । ਕੋਈ ਬਾਰਾਂ ਕੁ ਵਜੇ ਅਸੀਂ ਹਾਈਡ ਪਾਰਕ ਪਹੁੰਚ ਗਏ । ਪ੍ਰਮਾਤਮਾ ਦਾ ਸ਼ੁਕਰ ਹੈ ਕਿ ਉਸ ਦਿਨ ਦਿਨ ਬੜਾ ਨਿਖਰਿਆ ਹੋਇਆ ਸੀ ।

ਪਾਰਕ ਵਿਚ ਕਈ ਤਰ੍ਹਾਂ ਦੇ ਫੁੱਲ ਸਨ ਅਤੇ ਘਾਹ ਕਟਿਆ ਹੋਇਆ ਸੀ । ਨਰਮ ਨਰਮ ਘਾਹ ਪੈਰਾਂ ਨੂੰ ਇਸ ਤਰ੍ਹਾਂ ਲਗਦਾ ਸੀ ਜਿਸ ਤਰ੍ਹਾਂ ਕਿ ਅਸੀਂ ਕਿਸੇ ਰੇਸ਼ਮੀ ਗਲੀਚੇ ਉਤੇ ਤੁਰ ਰਹੇ ਹੋਈਏ । ਅਸੀਂ ਇੱਕ ਨਵੇਕਲੀ ਜਿਹੀ ਜਗ੍ਹਾ ਦੇਖ ਕੇ ਘਾਹ ਉਤੇ ਬੈਠ

ਗਏ । ਸਾਡੇ ਆਲੇ ਦੁਆਲੇ ਬੈਠੇ ਗੋਰੇ ਗੋਰੀਆਂ ਸਾਡੇ ਵਲ ਬਿਟਰ ਬਿਟਰ ਤੱਕ ਰਹੇ ਸਨ, ਪਰ ਅਸੀਂ ਬੇਧਿਆਨੇ ਆਪਣੀਆਂ ਗੱਪਾਂ ਵਿਚ ਮਸਤ ਸਾਂ । ਅਸੀਂ ਥੋੜ੍ਹਾ ਚਿਰ ਤਾਸ਼ ਖੇਡੀ ਅਤੇ ਖੂਬ ਗੱਪਾਂ ਮਾਰੀਆਂ । ਜਦੋਂ ਅਸੀਂ ਤਾਸ਼ ਖੇਡਦੇ ਖੇਡਦੇ ਅੱਕ ਗਏ ਤਾਂ ਕੁਝ ਹੋਰ ਕਰਨ ਵਾਸਤੇ ਸੋਚਿਆ ।

ਸਾਡੇ ਵਿਚੋਂ ਕੁਲਦੀਪ ਬੜਾ ਚੰਗਾ ਗਵੱਈਆ ਸੀ । ਮੈਂ ਉਸ ਦਾ ਨਾਂ ਗਾਣਾ ਗਾਉਣ ਲਈ ਪੇਸ਼ ਕੀਤਾ । ਬਸ ਮੇਰੇ ਕਹਿਣ ਦੀ ਹੀ ਦੇਰ ਸੀ ਕਿ ਕੁਲਦੀਪ ਨੇ ਗਾਣੇ ਗਾਉਣੇ ਸ਼ੁਰੂ ਕਰ ਦਿੱਤੇ । ਸਾਡੇ ਵਿਚੋਂ ਹੋਰ ਕਿਸੇ ਨੂੰ ਗਾਉਣਾ ਨਹੀਂ ਆਉਂਦਾ ਸੀ ਪਰ ਅਸੀਂ ਤਾੜੀਆਂ ਵਜਾਉਣ ਦੀ ਕਸਰ ਨਾਂ ਛਡੀ । ਗਾਣਿਆਂ ਤੋਂ ਬਾਅਦ ਅਸੀਂ ਸਾਰਿਆਂ ਨੇ ਹੀ ਕੁਝ ਚੰਗੇ ਅਤੇ ਕੁਝ ਗੰਦੇ ਜੋਕ ਸੁਣਾਏ । ਇਕ ਦੂਜੇ ਦੇ ਜੋਕ ਸੁਣ ਕੇ ਸਾਡੇ ਹਸਦਿਆਂ ਦੇ ਢਿਡ ਪੱਕ ਗਏ ਸਨ ।

ਇਸ ਤਰ੍ਹਾਂ ਸ਼ੁਗ਼ਲ ਕਰਦਿਆਂ ਤਿੰਨ ਵਜ ਗਏ ਅਤੇ ਢਿਡਾਂ ਵਿਚ ਚੂਹੇ ਨਚਣ ਲੱਗ ਪਏ । ਸੋ ਅਸੀਂ ਨਾਲ ਲਿਆਂਦੇ ਪਰੌਂਠੇ ਕਢੇ ਅਤੇ ਅੰਬ ਦੇ ਅਚਾਰ ਅਤੇ ਪਿਆਜ਼ ਨਾਲ ਖਾਣੇ ਸ਼ੁਰੂ ਕਰ ਦਿੱਤੇ । ਥਰਮੋਸ ਬੋਤਲਾਂ ਵਿਚੋਂ ਇਕ ਇਕ ਚਾਹ ਦਾ ਕੱਪ ਵੀ ਪੀਤਾ । ਅਜੇ ਅਸੀਂ ਚਾਹ ਪੀ ਕੇ ਹਟੇ ਸੀ ਕਿ ਜ਼ੋਰ ਦੀ ਬਿਜਲੀ ਲਿਸ਼ਕੀ ਅਤੇ ਕਾਲੀ ਘਟਾ ਨੇ ਸਾਰੇ ਵਾਤਾਵਰਣ ਵਿਚ ਹਨੇਰਾ ਕਰ ਦਿੱਤਾ । ਸੋ ਅਸੀਂ ਆਪਣਾ ਸਮਾਨ ਸਾਂਭ ਕੇ ਕਾਰ ਵਿਚ ਜਾ ਬੈਠੇ । ਛੇਤੀ ਹੀ ਮੋਲ੍ਹੇਧਾਰ ਵਰਖਾ ਸ਼ੁਰੂ ਹੋ ਗਈ । ਇਸ ਤਰ੍ਹਾਂ ਅਸੀਂ ਮੀਂਹ ਵਰ੍ਹਦੇ ਵਿਚ ਹੀ ਘਰ ਵਾਪਸ ਪਹੁੰਚੇ ।

1. ਉਸ ਪਿਕਨਿਕ ਪਾਰਟੀ ਬਾਰੇ ਇਕ ਲੇਖ ਲਿਖੋ ਜਿਸ ਵਿਚ ਤੁਸੀਂ ਆਪ ਸ਼ਾਮਲ ਸੀ।

2. ਪਿਕਨਿਕ ਪਾਰਟੀ ਦਾ ਕੀ ਮਨੋਰਥ ਹੁੰਦਾ ਹੈ ? ਪਿਕਨਿਕ ਪਾਰਟੀ ਬਾਰੇ ਆਪਣੇ ਸ਼ਬਦਾਂ ਵਿਚ ਇਕ 300 ਸ਼ਬਦਾਂ ਦਾ ਲੇਖ ਲਿਖੋ ।

ਲੋਕ-ਸ਼ਕਤੀ

ਲੋਕਾਂ ਦੀ ਸਾਂਝੀ ਤਾਕਤ ਨੂੰ ਲੋਕ-ਸ਼ਕਤੀ ਕਹਿੰਦੇ ਹਨ । ਇਹ ਸ਼ਕਤੀ ਇਤਨੀ ਵੱਡੀ ਹੁੰਦੀ ਹੈ ਕਿ ਕੋਈ ਵੱਡੇ ਤੋਂ ਵੱਡਾ ਬਾਦਸ਼ਾਹ ਵੀ ਇਸ ਦੇ ਸਾਹਮਣੇ ਖੜਾ ਨਹੀਂ

ਰਹਿ ਸਕਦਾ ਅਤੇ ਉਸ ਦਾ ਤਖ਼ਤ ਤਾਜ, ਫ਼ੌਜਾਂ ਤੇ ਖ਼ਜ਼ਾਨੇ ਸਭ ਇਸ ਤਰ੍ਹਾਂ ਬਹਿ ਜਾਂਦੇ ਹਨ ਕਿ ਜਿਸ ਤਰ੍ਹਾਂ ਹੜ੍ਹ ਘਾਹ ਫੂਸ ਨੂੰ ਰੋੜ੍ਹ ਕੇ ਲੈ ਜਾਂਦਾ ਹੈ।

ਪਹਿਲੇ ਯੁਗਾਂ ਵਿਚ ਬਾਦਸ਼ਾਹ ਦੀ ਮਰਜ਼ੀ ਅਨੁਸਾਰ ਲੋਕ ਚਲਦੇ ਸਨ, ਪ੍ਰੰਤੂ ਹੁਣ ਉਹ ਬਾਦਸ਼ਾਹ ਹੀ ਆਪਣੀ ਬਾਦਸ਼ਾਹੀ ਨੂੰ ਬਚਾ ਸਕਦਾ ਹੈ ਜੋ ਲੋਕਾਂ ਦੀ ਇਛਿਆ ਅਨੁਸਾਰ ਚਲਦਾ ਹੈ। ਫ਼ਰਾਂਸ, ਚੀਨ ਤੇ ਰੂਸ ਜਿਹੇ ਦੇਸ਼ਾਂ ਦੇ ਮਹਾਨ ਸ਼ਕਤੀ-ਸ਼ਾਲੀ ਬਾਦਸ਼ਾਹ ਇਸ ਲਈ ਖ਼ਤਮ ਹੋ ਗਏ ਕਿ ਉਹਨਾਂ ਨੇ ਇਸ ਗੱਲ ਨੂੰ ਨਾ ਸਮਝਿਆ ਅਤੇ ਲੋਕਾਂ ਨੂੰ ਆਪਣੇ ਅਯੋਗ ਹੁਕਮ ਮਨਾਉਣ ਦੇ ਯਤਨ ਕੀਤੇ; ਪਰੰਤੂ ਇੰਗਲੈਂਡ ਅਤੇ ਜਪਾਨ ਆਦਿ ਵੱਡੇ-ਵੱਡੇ ਦੇਸ਼ਾਂ ਦੇ ਵੱਡੇ ਬਾਦਸਾਹ ਇਸ ਲਈ ਆਪਣੀਆਂ ਰਾਜ ਗੱਦੀਆਂ ਪਰ ਬੈਠੇ ਰਹੇ ਹਨ ਕਿ ਉਹ ਲੋਕਾਂ ਦੀ ਇਛਿਆ ਅਨੁਸਾਰ ਚਲਦੇ ਹਨ, ਰਾਜ ਭਾਗ ਦੀ ਅਸਲੀ ਤਾਕਤ ਲੋਕਾਂ ਦੇ ਚੁਣੇ ਹੋਏ ਪ੍ਰਤੀਨਿਧਾਂ ਦੇ ਹਵਾਲੇ ਕਰ ਰਖੀ ਹੈ ਅਤੇ ਆਪ ਉਹਨਾਂ ਦੀ ਮਰਜ਼ੀ ਮੁਤਾਬਿਕ ਕੰਮ ਕਰਦੇ ਸਨ।

ਦੂਰ ਜਾਣ ਦੀ ਲੋੜ ਨਹੀਂ, ਸਾਡੇ ਆਪਣੇ ਦੇਸ਼ ਹਿੰਦੁਸਤਾਨ ਵਿਚ ਲੋਕ-ਰਾਏ ਦੀ ਮਹਾਨ ਸ਼ਕਤੀ ਨੇ ਇਕ ਚਮਤਕਾਰਾ ਵਿਖਾਇਆ ਹੈ। ਅੰਗਰੇਜ਼ ਪਾਸ ਇਕ ਬਹੁਤ ਵਡੀ ਫ਼ੌਜ ਸੀ, ਉਸ ਪਾਸ ਤੋਪਾਂ, ਬੰਦੂਕਾਂ, ਹਵਾਈ ਜਹਾਜ਼ਾਂ ਤੇ ਟੈਂਕਾਂ ਦੀ ਭੀ ਭਾਰੀ ਤਾਕਤ ਸੀ, ਅਤੇ ਬਹੁਤ ਵਡੇ ਖ਼ਜ਼ਾਨੇ ਦਾ ਭੀ ਉਹ ਮਾਲਕ ਸੀ ਪਰਤੂ ਅਸਾਡੇ ਦੇਸ਼ ਪਰ ਉਹ ਉਸ ਸਮੇਂ ਤਕ ਹੀ ਰਾਜ ਕਰ ਸਕਿਆ ਜਦੋਂ ਤਕ ਲੋਕ-ਸ਼ਕਤੀ ਸੁਤੀ ਰਹੀ। ਜਿਉਂ ਹੀ ਇਹ ਮਹਾਨ ਸ਼ਕਤੀ ਜਾਗਣ ਲਗੀ ਤਿਉਂ ਹੀ ਅੰਗਰੇਜ਼ ਦੇ ਪੰਜੇ ਢਿਲੇ ਹੋ ਗਏ ਅਤੇ ਆਖ਼ਰਕਾਰ ਉਸ ਨੂੰ ਆਪਣਾ ਬੋਰੀਆ ਬਿਸਤਰਾ ਸੰਭਾਲ ਕੇ ਸਾਡੇ ਦੇਸ਼ ਵਿਚੋਂ ਭਜਣਾ ਪਿਆ।

ਮਹਾਤਮਾ ਗਾਂਧੀ, ਪੰਡਤ ਜਵਾਹਰ ਲਾਲ ਨਹਿਰੂ ਅਤੇ ਹੋਰ ਵਡੇ-ਵਡੇ ਲੀਡਰਾਂ ਨੂੰ ਕਈ ਵਾਰ ਜੇਲ੍ਹਾਂ ਵਿਚ ਸੁੱਟਿਆ, ਪਰੰਤੂ ਉਹਨਾਂ ਨੇ ਹਰ ਵਾਰ ਜੇਲ੍ਹ ਤੋਂ ਬਾਹਰ ਆ ਕੇ ਪਹਿਲਾਂ ਨਾਲੋਂ ਵਧੇਰੇ ਜੋਸ਼ ਨਾਲ ਲੋਕ-ਸ਼ਕਤੀ ਨੂੰ ਲਲਕਾਰਿਆ। ਸਿੱਟਾ ਇਹ ਹੋਇਆ ਕਿ ਦੇਸ਼ ਦੇ ਸਾਰੇ ਲੋਕ ਜਾਗ ਕੇ ਉਹਨਾਂ ਦੀ ਪਿੱਠ ਪਿਛੇ ਖੜੇ ਹੋ ਗਏ, ਜਿਸ ਕਰਕੇ ਅੰਗਰੇਜ਼ ਡਰ ਗਏ ਅਤੇ ਭਾਰਤ ਨੂੰ ਛਡ ਕੇ ਆਪਣੇ ਦੇਸ਼ ਨੂੰ ਚਲੇ ਗਏ। ਲੋਕ-ਸ਼ਕਤੀ ਦਾ ਕਿੰਨਾ ਵੱਡਾ ਚਮਤਕਾਰ ਹੈ ਕਿ ਜਿਹੜਾ ਪੰਡਤ ਜਵਾਹਰ ਲਾਲ ਨਹਿਰੂ ਕਲ੍ਹ ਅੰਗਰੇਜ਼ਾਂ ਦੀ ਜੇਲ੍ਹ ਵਿਚ ਬੰਦ ਸੀ, ਜਾਗੀ ਹੋਈ ਲੋਕ-ਸ਼ਕਤੀ ਦਾ ਆਗੂ ਹੋਣ ਕਰਕੇ ਆਪਣੇ ਦੇਸ਼ ਦਾ ਪ੍ਰਧਾਨ ਮੰਤਰੀ ਬਣ ਗਿਆ।

ਲੋਕ-ਸ਼ਕਤੀ ਲੋਕਾਂ ਦਾ ਬਹੁਤ ਭਲਾ ਕਰ ਸਕਦੀ ਹੈ। ਹੁਣ ਜਦ ਸਾਡਾ ਦੇਸ਼ ਆਜ਼ਾਦ ਹੈ, ਅਤੇ ਓਥੇ ਲੋਕਾਂ ਦਾ ਆਪਣਾ ਰਾਜ ਹੋ ਗਿਆ ਹੈ ਲੋਕਾਂ ਨੂੰ ਆਪਣੀ

ਮਹਾਨ ਸ਼ਕਤੀ ਦੀ ਠੀਕ ਵਰਤੋਂ ਕਰਨੀ ਚਾਹੀਦੀ ਹੈ। ਠੀਕ ਵਰਤੋਂ ਇਸ ਤਰ੍ਹਾਂ ਕਿ ਸਾਰੇ ਲੋਕ ਚੰਗੇ-ਚੰਗੇ ਆਦਮੀਆਂ ਨੂੰ ਚੁਣ ਕੇ ਕਾਨੂੰਨ-ਘੜਨੀਆਂ ਸਭਾਵਾਂ ਵਿਚ ਭੇਜਣ ਜੋ ਨਿਜੀ ਸੁਆਰਥ ਛਡ ਕੇ ਦੇਸ਼ ਦੇ ਸਾਰੇ ਲੋਕਾਂ ਦੀ ਖੁਸ਼ਹਾਲੀ ਲਈ ਕੰਮ ਕਰਨ।

1. 'ਲੋਕ-ਸ਼ਕਤੀ' ਬਾਰੇ ਇਕ ਲੇਖ ਆਪਣੇ ਸ਼ਬਦਾਂ ਵਿਚ ਲਿਖੋ।
2. ਲੋਕ-ਸ਼ਕਤੀ ਅੱਗੇ ਰਾਜੇ ਮਹਾਰਾਜਿਆਂ ਅਤੇ ਸਰਕਾਰਾਂ ਨੂੰ ਕਿਉਂ ਝੁਕਣਾ ਪੈਂਦਾ ਹੈ। ਇਸ ਬਾਰੇ ਇਕ ਲੇਖ ਲਿਖੋ।